AF664543

25 മഹാശാസ്ത്രപ്രതിഭകൾ

25 mahasasthraprathibhakal

•

dr. c g ramachandran nair

•

first edition
december 2007

•

second edition
february 2010

•

third edition
september 2012

•

fourth edition
march 2017

•

type setting & published
chintha publishers, thiruvananthapuram

•

printed
repro india ltd, mumbai

•

cover
anil vega

•

Rights reserved

വിതരണം

ദേശാഭിമാനി ബുക്ക് ഹൗസ്

H O തിരുവനന്തപുരം-695 035
phone: 0471-2303026, 6063026
www.chinthapublishers.com
chinthapublishers@gmail.com

ബ്രാഞ്ചുകൾ

ഹെഡ്ഡാഫീസ് ബ്രാഞ്ച് കുന്നുകുഴി • സ്റ്റാച്യു തിരുവനന്തപുരം • കെ എസ് ആർ ടി സി ബസ് സ്റ്റേഷൻ ആലപ്പുഴ • കെ എസ് ആർ ടി സി ബസ് സ്റ്റേഷൻ എറണാകുളം • മച്ചിങ്ങൽ ലെയ്ൻ തൃശൂർ • ഐ ജി റോഡ് കോഴിക്കോട് • മാവൂർ റോഡ് കോഴിക്കോട് • എൻ ജി ഒ യൂണിയൻ ബിൽഡിങ് കണ്ണൂർ • സെൻട്രൽ ബസ് ടെർമിനൽ കോംപ്ലക്സ് താവക്കര കണ്ണൂർ

CR - VV.26 / 1664 / 4189
ISBN - 978-93-82328-11-7

25 മഹാശാസ്ത്രപ്രതിഭകൾ

ഡോ. സി ജി രാമചന്ദ്രൻ നായർ

ചിന്ത പബ്ലിഷേഴ്സ്
തിരുവനന്തപുരം-695 001

ഡോ. സി ജി രാമചന്ദ്രൻ നായർ

1932 ഒക്ടോബറിൽ ആലുവയ്ക്കടുത്ത് കുറ്റിപ്പുഴയിൽ ജനനം. അച്ഛൻ : എടപ്രാമ്പിള്ളി ദാമോദരൻ കൃഷ്ണൻ നമ്പൂതിരിപ്പാട്. അമ്മ : ചന്ത്രത്തിൽ ഗൗരി അമ്മ.

കുറ്റിപ്പുഴ ഗവൺമെന്റ് പ്രൈമറി സ്കൂൾ, നെടുമ്പാശ്ശേരി മാർ അത്തനേഷ്യസ് സ്കൂൾ, ആലുവ സെന്റ് മേരീസ് സ്കൂൾ, ആലുവ യൂണിയൻ ക്രിസ്ത്യൻ കോളേജ്, എറണാകുളം മഹാരാജാസ് കോളേജ് എന്നിവിടങ്ങളിൽ വിദ്യാഭ്യാസം. ബംഗ്ളൂരുവിലെ ഇന്ത്യൻ ഇൻസ്റ്റിറ്റ്യൂട്ട് ഓഫ് സയൻസിൽനിന്ന് രസതന്ത്രത്തിൽ പി എച്ച് ഡി ബിരുദം.

ആലുവാ യൂണിയൻ ക്രിസ്ത്യൻ കോളേജ്, എറണാകുളം മഹാരാജാസ് കോളേജ്, തിരുവനന്തപുരം യൂണിവേഴ്സിറ്റി കോളേജ് എന്നിവിടങ്ങളിൽ ശാസ്ത്രാധ്യാപകൻ, കേരള സർവകലാശാലയുടെ രസതന്ത്രവകുപ്പിൽ പ്രൊഫസറും വകുപ്പധ്യക്ഷനും, കേരള സർവകലാശാലയിൽ സയൻസ് ഫാക്കൽറ്റിയുടെ ഡീൻ, കേരള ഗവൺമെന്റിന്റെ സർവവിജ്ഞാനകോശ ഇൻസ്റ്റിറ്റ്യൂട്ടിന്റെ ഡയറക്ടർ, കേരളസംസ്ഥാന ശാസ്ത്ര സാങ്കേതിക പരിസ്ഥിതി വകുപ്പിൽ സെക്രട്ടറി, ശാസ്ത്ര സാങ്കേതിക പരിസ്ഥിതി കമ്മിറ്റിയുടെ ചെയർമാൻ.

മലയാളത്തിൽ ഇരുപതിലധികം ജനപ്രിയശാസ്ത്രഗ്രന്ഥങ്ങൾ എഴുതിയിട്ടുണ്ട്; ഇംഗ്ലീഷിൽ രണ്ടും.

ഭാര്യ : ഭാരതി

മക്കൾ : ഗിരിജാ ദീപക്, ഡോ. റാം മോഹൻ

ഉള്ളടക്കം

ആമുഖം 6

ആർക്കിമിഡീസ് 9

റോജർ ബേക്കൺ 13

ഗലീലിയോ ഗലീലി 15

ഐസക് ന്യൂട്ടൺ 20

കരോളസ് ലിന്നേയൂസ് 25

അന്ത്വാൻ ലോറാങ് ലവ്വാസിയേ 29

ജോൺ ഡാൾട്ടൺ 34

മൈക്കിൾ ഫാരഡെ 37

ചാൾസ് ഡാർവിൻ 41

ഗ്രിഗർ യോഹാൻ മെൻഡെൽ 47

ലൂയി പാസ്തേർ 50

കെൽവിൻ പ്രഭു 53

ദിമിത്രി ഇവാനോവിച്ച് മെൻഡെലേഫ് 57

മാക്സ് പ്ലാങ്ക് 60

ഇവാൻ പെട്രോവിച്ച് പാവ്‌ലോവ് 65

മദാം മാരീക്യൂറി 68

റഥർഫോർഡ് പ്രഭു 71

ആൽബെർട്ട് ഐൻസ്റ്റൈൻ 75
അലക്സാണ്ടർ ഫ്ളെമിങ് 82
നീൽസ് ഹെൻഡ്രിക് ബോർ 85
ഫ്രെഡറിക് ബാൻടിങ് 89
വെർണെർ ഹൈസെൻബെർഗ് 92
റിച്ചേർഡ് ഫിലിപ്സ് ഫെയ്ൻമൻ 98
ജെയിംസ് ഡ്യൂയി വാട്സൺ 101
സ്റ്റീഫൻ വില്യം ഹാക്കിങ് 106

ആമുഖം

വിജ്ഞാനത്തിന്റെ മയൂരശിഖ (crest of the peacock) ആണ് ശാസ്ത്രം അഥവാ സയൻസ്. ആധുനികശാസ്ത്രം ലക്ഷക്കണക്കിന് ശാസ്ത്രജ്ഞരുടെ ശ്രമഫലമായി ഉരുത്തിരിഞ്ഞതാണുതാനും. ഈ ശാസ്ത്രജ്ഞരിൽത്തന്നെ പ്രമുഖരെ മാത്രം തെരഞ്ഞെടുത്താൽ ആയിരത്തിലധികം വരും. ഏറ്റവും മഹാന്മാരെ തെരഞ്ഞെടുത്താലും നൂറോളമെങ്കിലും എണ്ണം ഉൾപ്പെടുത്തേണ്ടി വരും. അപ്പോൾ കേവലം 25 മഹാശാസ്ത്രജ്ഞരെപ്പറ്റി മാത്രമായി ഒരു ജനപ്രിയശാസ്ത്രഗ്രന്ഥം രചിക്കുക എന്നത് ഒരു മഹാ സാഹസമല്ലേ? ഈ ചിന്തയായിരുന്നു, പ്രമുഖ സാംസ്കാരിക പ്രസാധകരായ ചിന്ത പബ്ലിഷേഴ്സ് എന്നെ ഈ ദൗത്യമേൽക്കാൻ ക്ഷണിച്ചപ്പോൾ എന്റെ മനസ്സിൽ നിറഞ്ഞു നിന്നത്!

ഏറ്റവും മഹാന്മാർ എന്നു ഗണിക്കാവുന്ന 25 ശാസ്ത്രജ്ഞരെ എങ്ങനെ തെരഞ്ഞെടുക്കും? അനേകം ശാസ്ത്രജ്ഞരുടെ ജീവചരിത്രങ്ങൾ ഇതിനുവേണ്ടി വീണ്ടും വായിച്ചു. ശാസ്ത്രചരിത്രഗ്രന്ഥങ്ങൾ പരിശോധിച്ചു. തെരഞ്ഞെടുപ്പിന്റെ മാനദണ്ഡങ്ങൾ ഏവയായിരിക്കണം എന്നു ചുഴിഞ്ഞാലോചിച്ചു. കാലദേശാദി ചിന്തകൾ വർജിക്കാൻ തന്നെ നിശ്ചയിച്ചു. അതിനാൽ എല്ലാ രാജ്യങ്ങൾക്കും പ്രാതിനിധ്യം നൽകുക, എല്ലാ ശാസ്ത്രശാഖകൾക്കും ഏകദേശമെങ്കിലും തുല്യപരിഗണന നൽകുക, പ്രാചീന–മധ്യ–ആധുനിക കാലഘട്ടങ്ങൾക്കു ആരോഹണക്രമത്തിൽ പ്രാധാന്യം നൽകുക എന്നിങ്ങനെയുള്ള അശാസ്ത്രീയവും സാമ്പ്രദായികവും ആയ മുൻവിധികളെല്ലാം ഉപേക്ഷിച്ചു. ശാസ്ത്രജ്ഞന്റെ സംഭാവനകളുടെ മഹത്വം, പ്രാധാന്യം ഇവയും ഈ സംഭാവനകൾ മനുഷ്യജീവിതത്തിൽ എത്രമാത്രം വിപ്ലവകരമായ, ഗുണകരമായ മാറ്റങ്ങൾ വരുത്തി എന്ന വിലയിരുത്തലും മാത്രം മാനദണ്ഡങ്ങളായി സ്വീകരിച്ചു.

ഇരുപത്തി അഞ്ച് പേരെ മാത്രം തെരഞ്ഞെടുക്കേണ്ടിവന്നപ്പോൾ മറ്റൊരു സാഹസം കൂടി ചെയ്യേണ്ടിവന്നു. മാനവിക ശാസ്ത്രങ്ങളെ (humanities) മുഴുവൻ ഒഴിവാക്കി. മാത്രമല്ല, സാങ്കേതിക ശാസ്ത്രജ്ഞ

രെയും ഒഴിവാക്കേണ്ടി വന്നു. ചുരുക്കത്തിൽ ശുദ്ധശാസ്ത്രം (pure science) മാത്രമാണ് ഈ ഗ്രന്ഥത്തിൽ പരിഗണിക്കപ്പെട്ടത്; ശുദ്ധ ശാസ്ത്രജ്ഞരെ – ഭൗതിക ജൈവശാസ്ത്രജ്ഞരെ – മാത്രമാണ് നിങ്ങൾ ഈ ഗ്രന്ഥത്തിൽ കൂടി പരിചയപ്പെടുന്നത്.

ഇത്രയെല്ലാം കാച്ചിക്കുറുക്കിയിട്ടും വെട്ടിക്കുറച്ചിട്ടും ത്യാജ്യഗ്രാഹ്യ വിചിന്തനം പലവട്ടം നടത്തിയിട്ടും ശാസ്ത്രജ്ഞരുടെ ലിസ്റ്റ് പുനർ വിചിന്തനത്തിനും പരിശോധനയ്ക്കും വിധേയമാക്കേണ്ടി വന്നു.

പ്രിയ വായനക്കാരാ, ഈ 25 മഹാശാസ്ത്രജ്ഞരെ പരിചയപ്പെടാൻ വരിക! ഒരു വഴികാട്ടിയായി (ഗൈഡായി) മാത്രം ഈ ഗ്രന്ഥകർത്താവിനെ താങ്കളുടെ കൂടെ നടക്കാൻ അനുവദിക്കുക. ഈ ശാസ്ത്രജ്ഞരിൽ പലരെയും താങ്കൾ മുമ്പ് കേട്ടു പരിചയപ്പെട്ടിട്ടുണ്ടാകാം. എങ്കിൽ ആ പരിചയം പുതുക്കുക! ചിലരെ ഒരുപക്ഷേ, താങ്കൾക്കു കേട്ടു പരിചയംപോലും ഇല്ലായിരിക്കാം. അങ്ങനെയെങ്കിൽ അവരെക്കൂടി പരിചയപ്പെടുക!

മറ്റൊരു കാര്യം കൂടി, കലയിലും സാഹിത്യത്തിലും മറ്റും വ്യക്തികളാണ് വിജിഗീഷുകൾ. ഷേക്സ്പിയറുടെയും കാളിദാസന്റെയും വിക്ടർ ഹ്യൂഗോയുടെയും ടോൾസ്റ്റോയിയുടേയും ദസ്തയേവ്സ്കിയുടേയും പിക്കാസോയുടെയും സാൽവദോർ ഡാലിയുടേയും ബേഥോവന്റെയും മൊസാർട്ടിന്റെയും മറ്റും വ്യക്തിപ്രഭാവങ്ങൾ ഹിമാലയ ശൃംഗങ്ങളെപ്പോലെ എന്നും ഉയർന്നു നിൽക്കുന്നു. കാലം അവരുടെ കീർത്തിക്കു മങ്ങലേൽപ്പിക്കുന്നില്ല. അവരുടെ കലാസാഹിത്യസംഗീതസംഭാവനകൾക്ക് ഒരിക്കലും മാറ്റു കുറയുന്നുമില്ല. എന്നാൽ ശാസ്ത്രത്തിന്റെ കാര്യം വേറെയാണ്. മൂന്നു ശതാബ്ദത്തോളം ഐസക് ന്യൂട്ടന്റെ സങ്കൽപ്പങ്ങൾ ശാസ്ത്രരംഗത്ത് സർവാധിപത്യം പുലർത്തിയിരുന്നു. എന്നാൽ ആൽബർട്ട് ഐൻസ്റ്റൈൻ പുതിയൊരു ഭൗതിക ശാസ്ത്രവീക്ഷണം കൊണ്ടുവന്നു. ഭൗതികത്തെ ആകെ പിടിച്ചുലർത്തിയ വിപ്ലവമായിരുന്നു 'ആപേക്ഷികതാ സിദ്ധാന്തം.' ഇന്നിതാ സ്റ്റീഫൻ ഹാക്കിങ് ഐൻസ്റ്റൈന്റെ സിദ്ധാന്തങ്ങൾ പോലും 'ഭാഗികവും' (partial) തന്മൂലം അപൂർണവും ആണെന്ന് വാദിക്കുന്നു. ശാസ്ത്രത്തിൽ ആർക്കും അപ്രമാദിത്വമില്ല! വ്യക്തികൾക്കിവിടെ പ്രാധാന്യമില്ല! ശാസ്ത്രം ആണ് സർവപ്രധാനം, ശാസ്ത്രജ്ഞരല്ല പ്രധാനികൾ! ഇവിടെ ശാസ്ത്രം എന്ന ശിൽപ്പം അനുദിനം കൂടുതൽ മനോഹരമായിത്തീർന്നുകൊണ്ടിരിക്കുന്നു; ശാസ്ത്രശിൽപ്പികൾ മാറിമാറി വരുന്നു! ശിൽപ്പമാണിവിടെ വലുത്; ശിൽപ്പികളല്ല! എങ്കിലും ശിൽപ്പത്തിന്റെ സൗന്ദര്യം ആസ്വദിക്കുമ്പോൾ ശിൽപ്പികളെ നാം മറക്കാതിരിക്കുക!

തിരുവനന്തപുരം
01 ഡിസംബർ 2007

ഡോ. സി ജി രാമചന്ദ്രൻ നായർ

1

ആർക്കിമിഡീസ്

(Archimedes, 287 - 212 B C)

പ്രാചീന യവന (ഗ്രീക്ക്) ശാസ്ത്രജ്ഞരിൽവച്ച് അനുപമനും അഗ്രഗണ്യനുമായിരുന്നു ആർക്കിമിഡീസ് (Archimedes). അനുപമനെന്നു പറയാൻ കാരണമുണ്ട്. സമകാലികരും പൂർവികരുമായിരുന്ന ഗ്രീക്ക് ശാസ്ത്രജ്ഞന്മാരും ചിന്തകരും പൊതുവെ 'പരീക്ഷണം' (experiment) എന്ന ശാസ്ത്രരീതിയെ അവഗണിച്ചിരുന്നു. പ്രകൃതിയുടെ സത്യങ്ങൾ കണ്ടെത്താൻ ശുദ്ധമായ ചിന്ത (pure thought) മാത്രം മതി എന്നായിരുന്നു പലരുടേയും വിശ്വാസം. എന്നാൽ ശാസ്ത്രസത്യങ്ങൾ പരീക്ഷണനിരീക്ഷണങ്ങൾ വഴിയാണ് അനാവരണം ചെയ്യേണ്ടത് എന്ന് ആർക്കിമിഡീസ് വിശ്വസിച്ചു; അതനുസരിച്ച് അദ്ദേഹം ഒറ്റയാനായി മുമ്പോട്ടു പോയി.

ആർക്കിമിഡീസ്

ആർക്കിമിഡീസ് ജനിച്ചത് ക്രിസ്തുവിനു മുമ്പ് (B C) 287–ാമാണ്ടിലായിരുന്നു. ജനനം സൈറാക്യൂസ് (Syracuse) നഗരത്തിൽ. അച്ഛൻ ഫെയ്ഡിയാസ് (Pheidias) ഒരു ജ്യോതിശ്ശാസ്ത്രജ്ഞനായിരുന്നു. തന്റെ പ്രശസ്ത മുൻഗാമികളായിരുന്ന പൈഥഗോറസിന്റേയും യൂക്ലിഡിന്റേയും ശാസ്ത്രചിന്തകൾ ബാലനായിരിക്കെ ആർക്കിമിഡീസിനെ സ്വാധീനിച്ചിരുന്നു. ഒരു 'തത്വചിന്തകനായ ഗണിത ശാസ്ത്രജ്ഞൻ' (philosophical mathematician) ആയി

അറിയപ്പെടാനാണ് ആർക്കിമിഡീസ് ആഗ്രഹിച്ചിരുന്നതത്രെ. എന്നല്ല, ആ മേഖലയിൽ വലിയ സംഭാവനകൾ നൽകുകയും ചെയ്തു. എങ്കിലും മഹാനായ ഒരു പരീക്ഷണ ശാസ്ത്രജ്ഞൻ (experimental scientist) എന്നാണ് അദ്ദേഹം ചിരപ്രസിദ്ധി നേടിയത്.

ആർക്കിമിഡീസ് തത്വം (Archimedes Principle)

ശാസ്ത്രവിദ്യാർഥികൾക്കു സുപരിചിതമായ ഒരു ഭൗതിക (Physical) തത്വമാണിത്.

"ഒരു ദ്രാവകത്തിൽ ഒരു വസ്തു പൂർണ്ണമായും മുക്കിവച്ചാൽ വസ്തുവിന് സംഭവിക്കുന്ന ഭാരനഷ്ടം (weight loss), അതേ വസ്തുവിന്റെ വ്യാപ്തത്തിനു തുല്യം വ്യാപ്തം ദ്രാവകത്തിന്റെ ഭാരത്തോടു സമമായിരിക്കും." "(when a body is immersed in a fluid, if suffers a loss of weight, which is equal to the weight of a volume of fluid equal to the volume of the body itself.)"

ഈ തത്വം ആർക്കിമിഡീസ് കണ്ടുപിടിച്ചതിനു പിന്നിൽ രസകരമായ ഒരു കഥയുണ്ട്. സൈറാക്യൂസിലെ രാജാവ് ഒരിക്കൽ സ്വർണം കൊണ്ട് ഒരു കിരീടം ഉണ്ടാക്കിച്ചു. കിരീടം കണ്ടപ്പോൾ രാജാവിനൊരു സംശയം — മുഴുവനും തനിത്തങ്കം തന്നെയാണോ? പരിശോധിക്കാൻ ആർക്കിമിഡീസിനെ ഏൽപ്പിച്ചു. കിരീടത്തിന് ഒരു കോട്ടവും തട്ടാതെ വേണം പരിശോധന. പല ദിവസവും തലപുകഞ്ഞ് ആർക്കിമിഡീസ് ഇതേപ്പറ്റി ആലോചിച്ചു. ഒടുവിൽ ഒരു വിദ്യ കണ്ടുപിടിച്ചു. കുളിച്ചുകൊണ്ടിരുന്നപ്പോഴാണ് അദ്ദേഹത്തിന് ആ ബുദ്ധി തോന്നിയത്. ഉടനെ ആഹ്ലാദത്തിമിർപ്പിൽ ആർക്കിമിഡീസ്, താൻ വസ്ത്രം ധരിച്ചിട്ടില്ലെന്ന കാര്യം പോലും മറന്ന് 'യൂറീക്കാ, യൂറീക്കാ' (Eureka – ഞാൻ കണ്ടുപിടിച്ചു!) എന്നു പറഞ്ഞുകൊണ്ട് പുറത്ത് നഗരമധ്യത്തിൽ ഓടിനടന്നുവെന്ന് ഒരു കഥയുണ്ട്! നിറയെ വെള്ളമുള്ള ഒരു വലിയ പാത്രത്തിൽ കിരീടം മെല്ലെ മുഴുവനുമായി മുക്കി. പുറത്തേക്കൊഴുകിയ വെള്ളം ശേഖരിച്ച് അതിന്റെ വ്യാപ്തം നിർണ്ണയിച്ചു (A). പിന്നെ കിരീടം തൂക്കിനോക്കി (X ഗ്രാം). അനന്തരം X ഗ്രാം തൂക്കമുള്ള ഒരു തനിത്തങ്കക്കട്ട കൊണ്ടുവന്ന് മുൻപറഞ്ഞ വെള്ളം നിറഞ്ഞ പാത്രത്തിൽ മുക്കി. പുറത്തേക്കിപ്പോൾ ഒഴുകിയ ജലം അളന്നു (B). കിരീടം തനിത്തങ്കം കൊണ്ടുണ്ടാക്കിയതാണെങ്കിൽ A=B എന്നായിരിക്കണം. പക്ഷേ പരീക്ഷണം യഥാർഥത്തിൽ നടത്തിയപ്പോൾ Aയും Bയും തുല്യമല്ലെന്നു കണ്ടു. കിരീടം പണിതതു തനിത്തങ്കംകൊണ്ടല്ല എന്നും തങ്കത്തിൽ കലർപ്പുണ്ട് എന്നും തെളിഞ്ഞു (കിരീടം നിർമിച്ച പണിക്കാരന് എന്തു സംഭവിച്ചു എന്നത് നിങ്ങൾക്ക് ഊഹിക്കാം!).

"ഒരു ലീവറും നിൽക്കാൻ അൽപ്പം സ്ഥലവും തരൂ!"

ലീവറുകൾ (levers), പുള്ളികൾ (pulleys) മുതലായവ ഉപയോ

ഗിച്ച് അധ്വാനഭാരം കുറയ്ക്കാൻ സാധിക്കും എന്ന് ആർക്കിമിഡീസ് കണ്ടെത്തി. ഒരിക്കൽ ആയിരക്കണക്കിന് കിലോഗ്രാം ഭാരമുള്ള ഒരു ചെറിയ കപ്പൽ, പുള്ളികളുടെ ഒരു വ്യൂഹവും ബലമുള്ള ചരടുകളും ഉപയോഗിച്ച്, സമുദ്രോപരിതലത്തിൽ നിന്നും ഒരൊറ്റ ആൾക്ക് പൊക്കാൻ സാധിക്കും എന്ന് ആർക്കിമിഡീസ് കാണിച്ചു കൊടുത്തു. കാഴ്ചക്കാരിൽ ഒരാൾ സൈറാക്യൂസിലെ രാജാവായിരുന്നു. അദ്ദേഹം ഇതു കണ്ടപ്പോൾ പറഞ്ഞുവത്രെ: "അഹോ! ശാസ്ത്രത്തിന്റെ അത്ഭുതങ്ങൾ അളവറ്റവ തന്നെ!"

ആർക്കിമിഡീസ് പറയുമായിരുന്നു: "എനിക്ക് നിൽക്കാനൊരു സ്ഥലവും ലീവറുകളും തരൂ; ഞാൻ ഭൂമിയെ ഇളക്കി ചലിപ്പിക്കാം" ("Give me a place to stand and some levers; I shall move the earth!").

ശത്രുവിന്റെ യുദ്ധക്കപ്പലുകൾ അഗ്നിക്കിരയാക്കിയത്

ഒരിക്കൽ റോമാക്കാർ വലിയ മരക്കപ്പലുകളിൽ നാവികസേനയുമായി സൈറാക്യൂസിനെ ആക്രമിക്കുകയുണ്ടായി. സൈറാക്യൂസ് രാജാവ് സഹായത്തിനായി ആർക്കിമിഡീസിനെ വിളിപ്പിച്ചു. ആർക്കിമിഡീസ് കോൺകേവ് കണ്ണാടികളുടെ (concave mirrors) ഒരു വ്യൂഹം സംവിധാനം ചെയ്ത്, ഉച്ചസൂര്യന്റെ കിരണങ്ങൾ കേന്ദ്രീകരിച്ച്, ആ ചൂടിൽ കപ്പലുകളെ അഗ്നിക്കിരയാക്കിയത്രെ. പ്രകാശം കോൺവെക്സ് ലെൻസ് (convex lens) ഉപയോഗിച്ചും കോൺകേവ് കണ്ണാടി ഉപയോഗിച്ചും ഫോക്കസ് (focus) ചെയ്ത് ശക്തിയുള്ള ചൂട് ഉണ്ടാക്കാമെന്ന് പരീക്ഷണശാസ്ത്രജ്ഞനായ ആർക്കിമിഡീസിന് അറിയാമായിരുന്നു.

ഗണിതശാസ്ത്ര സംഭാവനകൾ

ഗണിതത്തിലും വളരെ സംഭാവനകൾ ആർക്കിമിഡീസിന്റേതായിട്ടുണ്ട്. പരാബൊളകൾ (parabolas), കോണോയിഡുകൾ(conoids), വളരെ വലിയ സംഖ്യകൾ ഇങ്ങനെയുള്ള മേഖലകളിലും അദ്ദേഹം പഠനങ്ങൾ നടത്തി വിലയേറിയ സംഭാവനകൾ നൽകി.

സമകാലിക ശാസ്ത്രജ്ഞരുടെ ഇടയിൽ ഏകാന്തപഥികനായി....

ആർക്കിമിഡീസിന്റെ മുൻഗാമികളും സമകാലികരും തൊട്ടു പിൻഗാമികളുമായി ഗ്രീക്ക് സംസ്കൃതിയുടെ ഭാഗമായി അനേകം പ്രഗത്ഭ ശാസ്ത്രജ്ഞരും തത്വശാസ്ത്രജ്ഞരും ഉണ്ടായിരുന്നു. ഇവരിൽ സോക്രട്ടീസ് (Socrates 460 - 370 B.C), അരിസ്റ്റോട്ടിൽ (Aristotle 384 - 322 B.C), യൂക്ലിഡ് (Euclid 330 - 275 B.C) പൈഥഗോറസ് (Pythagoras) എന്നിവർ എടുത്തു പറയേണ്ടവർ തന്നെ. പക്ഷേ, ഇവരാരും തന്നെ ശാസ്ത്രപരീക്ഷണകുതുകികളായിരുന്നില്ല. പ്രത്യുത, തത്വശാസ്ത്രജ്ഞരോ ഗണിതജ്ഞരോ ആയിരുന്നു. ഇവിടെയാണ് ആർക്കിമിഡീസിന്റെ പ്രത്യേകതയും മേന്മയും.

ദാരുണമായ അന്ത്യം

ഈ മഹാശാസ്ത്രജ്ഞന്റെ അന്ത്യം ദാരുണവും നാടകീയവുമായിരുന്നു. ചെറിയ നിരന്തര യുദ്ധങ്ങളുടെ കാലഘട്ടമായിരുന്ന അക്കാലത്തൊരിക്കൽ റോമൻസൈന്യം പല പരാജയങ്ങൾക്കുശേഷം സൈറാക്യൂസ് കീഴടക്കി. വിജയശ്രീലാളിതരായ റോമൻസൈന്യം സൈറാക്യൂസിൽ ഇരച്ചു കയറി. മുറ്റത്തിരുന്നു ചില ഗണിതസംബന്ധിയായ രേഖാചിത്രങ്ങൾ വരച്ചുകൊണ്ടിരുന്ന ആർക്കിമിഡീസിനെ ഒരു സാധാരണ റോമൻ സൈനികൻ വധിക്കുകയാണുണ്ടായത്. ആ സൈനികനോട് ആർക്കിമിഡീസ് ഒരപേക്ഷ നടത്തിയത്രെ — താൻ വരച്ചുകൊണ്ടിരുന്ന രേഖാചിത്രം മുഴുവനാക്കാൻ മാത്രം ക്ഷമ കാണിക്കുവാനും അതിനുശേഷം വധിച്ചുകൊള്ളാനും ആയിരുന്നത്രെ ആ അപേക്ഷ!

2

റോജർ ബേക്കൺ
(Roger Bacon , 1214 - 1292)

റോജർ ബേക്കൺ

സ്വന്തം ജീവിതകാലത്ത് വലിയ പ്രശസ്തിയോ അംഗീകാരമോ ലഭിക്കാതെ പോയ ഒരു മഹാശാസ്ത്രജ്ഞനായിരുന്നു റോജർ ബേക്കൺ (Roger Bacon). എന്നാൽ അദ്ദേഹത്തിന്റെ ആശയങ്ങളും സംഭാവനകളും പിൽക്കാലത്ത് ലോകമെങ്ങും അംഗീകരിക്കപ്പെട്ടു. ആധുനികശാസ്ത്രയുഗത്തിലെ ഒരു പഥികൃത്തായി ഇന്ന് നാം റോജർ ബേക്കണെ ആദരിക്കുന്നു.

ഇംഗ്ലണ്ടിലെ സോമർസെറ്റിൽ AD 1214–ാമാണ്ടാണ് റോജർ ജനിച്ചത്. വിദ്യാഭ്യാസം ഓക്സ്ഫോഡിലായിരുന്നു. പഠനവിഷയങ്ങൾ വ്യാകരണം, തർക്കം, ഗണിതം, ജ്യോതിശാസ്ത്രം, സംഗീതം മുതലായവയായിരുന്നു.

കൊളംബസിന്റെ യാത്രയ്ക്കു കാരണക്കാരൻ

തന്റെ കൃതിയായ *ഓപ്പുസ് മാജുസ്സിൽ* (Opus Majus) ബേക്കൺ ഒരു ആശയം പ്രതിപാദിച്ചിരുന്നു. ഭൂമി ഉരുണ്ടതാകയാൽ സ്പെയിനിൽ നിന്നു നേരെ പടിഞ്ഞാറേക്കു കപ്പൽ ഓടിച്ചാൽ പുകൾ പെറ്റ 'ഇൻഡീ

സിൽ' (Fabulous Indies) എത്താമെന്നായിരുന്നു ആ ആശയം. ഇൻഡീസ് നമ്മുടെ ഇന്ത്യ തന്നെ! ഈ ആശയമാണ് പടിഞ്ഞാറേക്ക് കപ്പൽ യാത്ര നടത്താൻ കൊളംബസിന് പ്രേരകമായത്. ആ യാത്രയിലാണല്ലോ കൊളംബസ് അമേരിക്കൻ ഭൂഖണ്ഡം 'കണ്ടുപിടിച്ചത്!'

'ആശയ ചക്രവർത്തി'യായ ബേക്കൺ

യഥാർത്ഥത്തിൽ ആശയങ്ങളുടെ ചക്രവർത്തിയായിരുന്നു റോജർ ബേക്കൺ. ഉജ്ജ്വലമായ ഭാവനയും ശാസ്ത്രാവബോധവും ഇവിടെ ബേക്കണെ സഹായിച്ചു. തുഴച്ചിൽക്കാരോ പങ്കായമോ ആവശ്യമില്ലാത്ത ബോട്ടുകൾ, മൃഗങ്ങളെ ആവശ്യമില്ലാത്തതും അതിവേഗത്തിൽ നീങ്ങുന്നതുമായ വാഹനങ്ങൾ, യന്ത്രങ്ങളും കൃത്രിമ ചിറകുകളും ഘടിപ്പിച്ച് മനുഷ്യൻ ആകാശസഞ്ചാരം നടത്തുന്ന "പറക്കും യന്ത്രങ്ങൾ" മുതലായവയെപ്പറ്റി ബേക്കണിന്റെ ഗ്രന്ഥത്തിൽ പരാമർശങ്ങൾ കാണാം.

പരീക്ഷണകുതുകിയായ ശാസ്ത്രജ്ഞൻ

പരീക്ഷണംവഴി മാത്രമേ അറിവുനേടാൻ പറ്റുകയുള്ളു എന്ന് റോജർ ബേക്കൺ നിർഭയമായി പ്രഖ്യാപിച്ചു. എങ്കിലും ശാസ്ത്രത്തിന്റെ അന്തിമ ലക്ഷ്യം മനുഷ്യന്റെ ആത്മീയപുരോഗതിയാണെന്നും അദ്ദേഹം വിശ്വസിച്ചു. മാത്രമല്ല, അദ്ദേഹം സ്വയം ഫ്രാൻസിസ്കൻ (Franciscan) സഭയിൽ ചേർന്നു സന്യാസി (monk) ആകുകയും ചെയ്തു. 'ശാസ്ത്രപരീക്ഷണങ്ങൾ നടത്തുന്ന സന്യാസി' എന്ന് അദ്ദേഹം അറിയപ്പെട്ടു. ആധുനിക രസതന്ത്രം ഒരു ശാസ്ത്രമായി വികസിക്കുന്നതിന് ഒരു ശതാബ്ദത്തിലേറെ മുമ്പ് ആയിരുന്നു ബേക്കൺ ജീവിച്ചിരുന്നത്. എങ്കിലും ചില രസതന്ത്ര പരീക്ഷണങ്ങൾ അദ്ദേഹം നടത്തിയിരുന്നു. മൈക്രോസ്കോപ്പിന്റേയും ടെലിസ്കോപ്പിന്റേയും വരെ പ്രാഗ്രൂപങ്ങൾ ബേക്കൺ വിഭാവനം ചെയ്തിരുന്നു.

ജയിൽവാസം

ഒരു ഫ്രാൻസിസ്കൻ സന്യാസി ആയിരുന്നിട്ടുകൂടി, ബേക്കൺ തന്റെ ശാസ്ത്രാഭിനിവേശം കാരണം താമസിയാതെ മതമേലധികാരികളുടെ അപ്രീതിക്കു പാത്രമായി. 1277-ൽ തന്റെ 63-ാം വയസ്സിൽ അദ്ദേഹം ജയിലിലടയ്ക്കപ്പെട്ടു. ഈ ജയിൽവാസം ഏതാണ്ട് 15 വർഷം നീണ്ടുനിന്നു. ബേക്കണിന്റെ വിരോധിയായിരുന്ന നിക്കോളാസ് നാലാമൻ മാർപ്പാപ്പ 1292-ൽ നിര്യാതനായപ്പോൾ മാത്രമാണ് ബേക്കൺ മോചിപ്പിക്കപ്പെട്ടത്. പക്ഷേ വിമോചിതനായ ബേക്കണും 1292-ൽത്തന്നെ മരണമടഞ്ഞു.

3

ഗലീലിയോ ഗലീലി

(Galileo Galilei , 1564 - 1642)

ശാസ്ത്രചരിത്രമാകെ നോക്കിയാലും, മതമേലധികാരികളിൽനിന്ന് ഏറ്റവുമധികം പീഡനങ്ങളും ശിക്ഷകളും ഏറ്റുവാങ്ങേണ്ടിവന്ന ശാസ്ത്രജ്ഞരിൽ വച്ച് ഏറ്റവും പ്രസിദ്ധനായ ശാസ്ത്രജ്ഞൻ ഗലീലിയോ ഗലീലി (Galileo Galilei) ആയിരുന്നുവെന്നു കാണാം. എന്തിനായിരുന്നു മതമേലധ്യക്ഷന്മാരിൽ നിന്നും ഗലീലിയോയ്ക്ക് ഈ പീഡനങ്ങൾ ഏറ്റുവാങ്ങേണ്ടിവന്നത്? എന്തായിരുന്നു ഗലീലിയോയുടെ കുറ്റകൃത്യങ്ങൾ? നമുക്ക് നോക്കാം.

1. തന്റെ മുൻഗാമിയായിരുന്ന നിക്കോളാസ് കോപ്പർനിക്കസിന്റെ (Nicholas Copernicus 1473-1543) സൂര്യകേന്ദ്രിത പ്രപഞ്ചസിദ്ധാന്തത്തിൽ വിശ്വസിച്ച് ആ സിദ്ധാന്തം പ്രചരിപ്പിച്ചത് (സൂര്യൻ ഭൂമിക്കു ചുറ്റും കറങ്ങുകയല്ല, നേരെ മറിച്ച് ഭൂമിയും മറ്റു ഗ്രഹങ്ങളും സൂര്യനു ചുറ്റുമാണ് ഭ്രമണം ചെയ്യുന്നത് എന്നായിരുന്നു കോപ്പർനിക്കസിന്റെ കണ്ടുപിടുത്തം. ഇന്ന് സ്കൂൾക്കുട്ടികൾക്കു പോലും അറിയാവുന്ന ശാസ്ത്രസത്യമാണിത്. പക്ഷേ, മതാധികാരികൾ വിശ്വസിച്ചിരുന്നത് ഭൂമി ചലിക്കാതെ ഒരിടത്ത് ഉറച്ചു നിൽക്കുകയാണെന്നും സൂര്യൻ, ചന്ദ്രൻ, ഗ്രഹങ്ങൾ, നക്ഷത്രങ്ങൾ ഇവയെല്ലാം ഭൂമിയെ പ്രദക്ഷിണം വയ്ക്കുകയാണെന്നും ആയിരുന്നു).
2. ദൂരദർശിനി (telescope) എന്ന 'പൈശാചികയന്ത്രം' (demonic device) നിർമിച്ചത്.
3. ദൂരദർശിനിയിൽക്കൂടി നോക്കി, ശനിക്ക് വലയവും ഉപഗ്രഹങ്ങളും ഉണ്ടെന്നും വ്യാഴത്തിന് ഉപഗ്രഹങ്ങൾ ഉണ്ടെന്നും കാണിച്ചത്.

ഈ കുറ്റങ്ങളെല്ലാം ആരോപിച്ച്, രോഗാതുരനും വൃദ്ധനുമായിക്കഴിഞ്ഞ ഗലീലിയോയെ നിർബന്ധിച്ചു റോമാ നഗരം വരെ യാത്ര ചെയ്യിച്ച് മതകോടതി (Inquisition Court)യുടെ മുമ്പിൽ ഹാജരാക്കി. തന്റെ കണ്ടുപിടുത്തങ്ങളെല്ലാം തെറ്റാണെന്നും ഭൂമി ഉറച്ച് ചലിക്കാതെ ഒരിടത്ത് തന്നെയാണ് നിൽക്കുന്നതെന്നും കോടതി മുമ്പാകെ ഗലീലിയോവിന് ഏറ്റുപറയേണ്ടി വന്നു. പറഞ്ഞില്ലെങ്കിൽ കൂടുതൽ പീഡനങ്ങൾ ഏൽക്കേണ്ടിവരുമായിരുന്നു. ആ വൃദ്ധന് അതു താങ്ങാവുന്നതായിരുന്നില്ല.

ഗലീലിയോ ഗലീലി

"എങ്കിലും അത് ചലിക്കുക തന്നെ ചെയ്യുന്നു!"

ശരിയായിരുന്ന തന്റെ കണ്ടുപിടുത്തങ്ങളും ശാസ്ത്രസിദ്ധാന്തങ്ങളും തെറ്റാണ് എന്ന് മതകോടതിയുടെ നിർബന്ധത്തേയും ഭീഷണിയേയും പരിഗണിച്ച് പരസ്യമായി സമ്മതിക്കുകയും മാപ്പ് അപേക്ഷിക്കുകയും ചെയ്തശേഷം, ഗലീലിയോ ശബ്ദം വളരെ താഴ്ത്തിയിട്ട്, "E pur si muove" (And yet, it moves - എന്നാൽ, "അത് ചലിക്കുക തന്നെ ചെയ്യുന്നു") എന്നു പറഞ്ഞുവെന്നൊരു കഥയുണ്ട്. 'അത്' എന്നതുകൊണ്ട് ഭൂമിയെയാണ് ഗലീലിയോ ഉദ്ദേശിച്ചതെന്നു പ്രത്യേകം പറയേണ്ടതില്ലല്ലോ. ഗലീലിയോയുടെ ഈ വചനം - "And yet it moves"- ഇന്ന് ശാസ്ത്രത്തിൽ സ്ഥിരപ്രതിഷ്ഠ നേടിയ ഒരു ചൊല്ലായിത്തീർന്നിട്ടുണ്ട്.

ജനനം, ബാല്യം, വിദ്യാഭ്യാസം

ഇറ്റലിയിൽ പിസ(Pisa)നഗരത്തിലാണ് ഗലീലിയോ ജനിച്ചത്(1564). അച്ഛൻ ഒരു പണ്ഡിതനും സംഗീതജ്ഞനുമായിരുന്നു. പിസ സർവകലാശാലയിൽനിന്നും വൈദ്യശാസ്ത്രത്തിലാണ് ഗലീലിയോ ബിരുദമെടുത്തതെന്നത് രസാവഹമായ ഒരു വസ്തുതയാണ്. പക്ഷേ, ബാല്യം മുതൽക്കേ ഗലീലിയോവിന് ഗണിതത്തോടായിരുന്നു 'കമ്പം!' കേവലം 17 വയസ്സായിരുന്നപ്പോൾത്തന്നെ, ഒരിക്കൽ പള്ളിയിൽ പോയ ഗലീലിയോ, പ്രാർഥനകളിലൊന്നും താൽപ്പര്യമില്ലാതെ, പള്ളിയിലെ ഒരു തൂക്കുവിളക്ക് ആടിക്കൊണ്ടിരിക്കുന്നതിൽ ബദ്ധശ്രദ്ധനായിരുന്നു. പെൻഡുലത്തിന്റെ ചലനസ്വഭാവത്തെപ്പറ്റിയുള്ള ഉൾക്കാഴ്ച അങ്ങനെയാണ് ഗലീലിയോവിനു കിട്ടിയത്.

ഇരുപത്തിയഞ്ചു വയസ്സായപ്പോഴേക്കും ടസ്കണി (Tuscany) യിലെ പ്രഭുവിന്റെ സഹായം വഴി, പിസാ സർവകലാശാലയിൽ അധ്യാപക

നായി ഗലീലിയോയ്ക്കു ജോലി ലഭിച്ചു. ഔദ്യോഗിക വേഷം ധരിക്കാതെ സ്വതന്ത്രമായി വസ്ത്രധാരണം ചെയ്തു നടന്ന ഗലീലിയോവിന് പിസയിൽ ശത്രുക്കൾ ധാരാളമുണ്ടായി. യാഥാസ്ഥിതികസങ്കൽപ്പങ്ങളെ ചോദ്യം ചെയ്ത ഈ യുവഅധ്യാപകന് താമസിയാതെ പിസായിലെ ജോലി നഷ്ടപ്പെട്ടു. എങ്കിലും ഉടൻതന്നെ ഇറ്റലിയിൽത്തന്നെ പാദുവ (Padua) സർവ്വകലാശാലയിൽ പ്രൊഫസറായി ജോലി കിട്ടി.

1632–ൽ ഗലീലിയോ തന്റെ പ്രസിദ്ധ കൃതിയായ *Dialogue concerning Two Principal Systems of the world* എന്ന ഗ്രന്ഥം പ്രസിദ്ധീകരിച്ചു. ഈ ഗ്രന്ഥത്തിൽക്കൂടി ഗലീലിയോ സൂര്യകേന്ദ്രിത സിദ്ധാന്തത്തെ (കോപ്പർനിക്കസ് സിദ്ധാന്തം) പിൻതാങ്ങുകയും പഴയതും മതാധികാരികളുടെ പിൻതുണയുള്ളതുമായിരുന്ന ഭൂകേന്ദ്രിത സിദ്ധാന്തത്തെ (ടോളമിയൻ സിദ്ധാന്തം) തള്ളിപ്പറയുകയും ചെയ്തു. ഈ കൃതിയാണ് ഗലീലിയോയെ അറസ്റ്റ് ചെയ്യാൻ അധികാരികളെ പ്രേരിപ്പിച്ചത്. കുറ്റം ഏറ്റു പറഞ്ഞതിനാൽ കേവലം 3 ദിവസത്തെ കഠിനതടവു ശിക്ഷയേ ഗലീലിയോവിനു ലഭിച്ചുള്ളു. എങ്കിലും പിന്നീട് ഏതാണ്ടു വീട്ടുതടങ്കൽപോലെയുള്ള ഏകാന്തജീവിതമായിരുന്നു തന്റെ മരണംവരെ ഗലീലിയോയ്ക്കു നയിക്കേണ്ടി വന്നത്.

പ്രധാന കണ്ടുപിടിത്തങ്ങൾ

ഗലീലിയോയുടെ സുപ്രധാന കണ്ടുപിടുത്തങ്ങൾ ഏതെല്ലാമായിരുന്നു?

1. ദൂരദർശിനി

1600–ാമാണ്ടിനടുപ്പിച്ചാണ് ഗലീലിയോ ദൂരദർശിനി നിർമിച്ചത്. ലെൻസുകൾ ഉപയോഗിച്ച് ദൂരെയുള്ള വസ്തുക്കൾ അടുത്തായി കാണാമെന്നും ചെറിയ വസ്തുക്കളെ വലുതായി കാണാമെന്നും ചില ആശയങ്ങൾ അതിനുമുമ്പേതന്നെ ഹോളണ്ടിൽ പ്രചരിച്ചിരുന്നുവെങ്കിലും പ്രായോഗികമായി ഒരു ദൂരദർശിനി (ടെലസ്കോപ്പ്) നിർമിച്ചതും അതുപയോഗിച്ച് വാനനിരീക്ഷണം നടത്തിയതും ഗലീലിയോ ആയിരുന്നു. “ചന്ദ്രൻ ഭൂമിയെപ്പോലെ ഉറച്ച ഉപരിതലമുള്ള ഒരു ഗ്രഹമാണെന്നും വ്യാഴഗ്രഹത്തിന് നാലു ചന്ദ്രന്മാർ സ്വന്തമായുണ്ടെന്നും കണ്ടുപിടിക്കാൻ സാധിച്ചതിന് ഞാൻ ദൈവത്തോട് നന്ദി പറയുന്നു” എന്ന് ഗലീലിയോ തന്റെ *Sidereus Nuncius* (*Messenger of the stars– നക്ഷത്രങ്ങളുടെ സന്ദേശവാഹകൻ*) എന്ന ഗ്രന്ഥത്തിൽ എഴുതി.

2. പെൻഡുലം

ക്ലോക്കുകളിൽ ഉപയോഗിക്കുന്ന പെൻഡുലം കണ്ടുപിടിച്ചു. പിസയിലെ പള്ളിയിലെ തൂക്കുവിളക്കുകൾ ആടുന്നതിനെപ്പറ്റി പഠിച്ചാണ് ഗലീലിയോ പെൻഡുലതത്വം മനസ്സിലാക്കിയത്.

3. പിസാ ഗോപുരപരീക്ഷണം

പഴയ അരിസ്റ്റോട്ടലിയൻ സിദ്ധാന്തം അനുസരിച്ച്, ഭാരം കുറഞ്ഞ ഒരു വസ്തുവും ഭാരം കൂടിയ ഒരു വസ്തുവും ഒരേ ഉയരത്തിൽനിന്ന് ഭൂമിയിലേക്കിട്ടാൽ ആദ്യം ഭൂമിയിൽ എത്തുന്നത് ഭാരം കൂടിയ വസ്തുവായിരിക്കും. ഇതു തെറ്റാണെന്ന് ഗലീലിയോ തെളിയിച്ചു. പിസായിലെ പ്രസിദ്ധമായ 'ചെരിഞ്ഞ ഗോപുര'ത്തിന്റെ (leaning tower) മുകളിൽനിന്ന് ഗലീലിയോ രണ്ടു തൂക്കക്കട്ടികൾ താഴോട്ടു ഒരേസമയത്ത് ഇട്ടുനോക്കി. ഒന്നിനു ഒരു പൗണ്ടും മറ്റേതിന് 10 പൗണ്ടുമായിരുന്നു തൂക്കം. ഈ പരീക്ഷണം കാണാൻ പ്രഭുക്കന്മാരുൾപ്പെടെ അനേകം പേരുണ്ടായിരുന്നു. രണ്ടു തൂക്കക്കട്ടികളും ഒരേ സമയത്ത് നിലത്തെത്തി! അങ്ങനെ അരിസ്റ്റോട്ടലിയൻ സിദ്ധാന്തം തെറ്റാണെന്നും ഭാരമേതായാലും മുകളിൽനിന്നു ഭൂമിയിൽ (ഒരേ ഉയരത്തിൽ നിന്നും) വീഴുന്ന വസ്തുക്കൾക്കു ഒരേ സമയം മാത്രമാണു വേണ്ടതെന്നും ഗലീലിയോ തെളിയിച്ചു.

4. ത്വരിതഗതി

ത്വരിതഗതി (accelerated motion)യെപ്പറ്റി നിഷ്കൃഷ്ടമായ പഠനങ്ങൾ നടത്തി.

5. കോപ്പർ നിക്കൻ സിദ്ധാന്തത്തിനു പിൻതുണ

സൂര്യനു ചുറ്റും ഭൂമി ഭ്രമണം ചെയ്യുന്നുവെന്ന കോപ്പർ നിക്കൻ സിദ്ധാന്തത്തിന് ഗലീലിയോ പിൻതുണയും പ്രചാരവും നൽകി.

വ്യക്തിജീവിതം

അച്ഛനമ്മമാരുടെ ഏഴുമക്കളിൽ ഒരാളായിരുന്നു ഗലീലിയോ. ബാല്യത്തിൽത്തന്നെ അതിബുദ്ധിമാനായിരുന്നു. എന്നാൽ ഗണിതത്തിൽ കൂടുതൽ താൽപ്പര്യം കാണിച്ചപ്പോൾ പിതാവ് അത് തടഞ്ഞു; അങ്ങനെയാണ് വൈദ്യശാസ്ത്ര പഠനം തുടങ്ങിയത്. പിൽക്കാലത്തു വൈദ്യശാസ്ത്രത്തിൽനിന്നും തെന്നിമാറി, പൂർണസമയവും ഗണിതത്തിനും ഭൗതിക പഠനങ്ങൾക്കുമായി മാറ്റിവച്ചു.

കുടുംബസ്നേഹിയായിരുന്നു ഗലീലിയോ. തന്റെ സഹോദരിക്ക് വമ്പിച്ച സ്ത്രീധനം നൽകി വിവാഹം നടത്താനും തന്റെ ധൂർത്തനായ സഹോദരന് ചോദിച്ചപ്പോഴെല്ലാം പണം കൊടുക്കാനും അദ്ദേഹം മടിച്ചില്ല. അദ്ദേഹത്തിന്റെ രണ്ടു പെൺമക്കൾ കന്യാസ്ത്രീകളായിത്തീർന്നു. ഒരു മകനുള്ളതാവട്ടെ ഗുണംപിടിക്കാത്തവനും (never-do-well) ധാരാളിയുമായിരുന്നു. ദുരിതം നിറഞ്ഞ വാർധക്യമായിരുന്നു ഈ മഹാശാസ്ത്രജ്ഞനു വിധിച്ചിരുന്നത്. (ഈശ്വരവിശ്വാസിയും വിധിവിശ്വാസിയും ആദ്യമെല്ലാം പോൾ അഞ്ചാമൻ മാർപ്പാപ്പയുടെ സുഹൃത്തുമായിരുന്നു ഗലീലിയോ). 74–ാം വയസ്സിൽ കാഴ്ച നഷ്ടപ്പെട്ടത് ഗലീലിയോയ്ക്ക് വലിയൊരു ആഘാതമായിരുന്നു. വ്യാഴത്തിന്റെ ചന്ദ്രന്മാരെയും, ശനിയുടെ വലയ

ങ്ങളേയും ആദ്യമായി ദൂരദർശിനിയിൽക്കൂടി കണ്ട തന്റെ കണ്ണുകളിൽ ഇരുട്ടു പരന്നത് ഗലീലിയോയ്ക്കു അസഹനീയമായിരുന്നു. നാലു വർഷത്തെ അന്ധതയ്ക്കുശേഷം 1642–ൽ തന്റെ 78–ാമത്തെ വയസ്സിൽ ഗലീലിയോ നിര്യാതനായി.

4

ഐസക് ന്യൂട്ടൺ

(Isaac Newton, 1642 - 1727)

"പ്രകൃതിയും പ്രകൃതിനിയമങ്ങളും ഇരുളിൽ മുങ്ങിക്കിടന്നിരുന്നു; ദൈവം കൽപ്പിച്ചു "ന്യൂട്ടൺ ഉണ്ടാകട്ടെ"; അപ്പോൾ എല്ലാം പ്രകാശ പൂർണമായി" എന്ന് ഏകദേശം തർജമ ചെയ്യാവുന്ന ഒരു കവിത ഇംഗ്ല ണ്ടിലെ ആസ്ഥാനകവി (Poet Laureate) ആയിരുന്ന അലക്സാണ്ടർ പോപ്പ് (Alexander Pope) സർ ഐസക് ന്യൂട്ടനെ പുകഴ്ത്തി രചിച്ചിട്ടുണ്ട്.

ഐസക് ന്യൂട്ടൺ

"Nature and nature's laws lay hid in night;

God said: "Let Newton be!"; and all was light!"

ഐസക് ന്യൂട്ടന്റെ മഹത്വത്തെ കുറെയെല്ലാം സൂചിപ്പിക്കുന്ന ഒന്നാണ് പ്രസിദ്ധമായ ഈ കവിതാശകലം. ആധുനിക ഭൗതികശാസ്ത്രത്തിന്റെ പിതാക്കളിൽ ഒരാളായ ന്യൂട്ടനാണ് ഇരുട്ടിൽ മറഞ്ഞു കിടന്നിരുന്ന അനേകം ശാസ്ത്രതത്വങ്ങളെ വെളിച്ചത്തു കൊണ്ടുവന്നത്; മാത്രമല്ല 'പ്രകാശം' (light) എന്ന പ്രതിഭാസത്തെപ്പറ്റി ആഴത്തിൽ പഠിക്കുകയും പ്രകാശ ഭൗതികത്തിന് അടിസ്ഥാനം ഇടുകയും ചെയ്തതും ന്യൂട്ടണത്രെ.

ന്യൂട്ടന്റെ പ്രധാന സംഭാവനകൾ നമുക്കൊന്നു ഓടിച്ചുനോക്കിയാലോ? നോക്കുക:

1. പ്രകാശത്തിന്റെ സ്വഭാവത്തെ വ്യാഖ്യാനിക്കാനായി കണികാ സിദ്ധാന്തം (corpuscular theory) ആവിഷ്കരിച്ചു.
2. സൂര്യന്റെ ശ്വേതപ്രകാശം യഥാർഥത്തിൽ ഏഴുനിറങ്ങളുടെ (വയലറ്റ്, ഇൻഡിഗോ, നീല, പച്ച, മഞ്ഞ, ഓറഞ്ച്, ചുവപ്പ് - violet, indigo, blue, green, yellow, orange, and red - ചുരുക്കപ്പേർ VIBGYOR) കൂട്ടാണെന്നു സ്ഥാപിച്ചു.
3. കാൽക്കുലസ് (Calculus) എന്ന ഗണിതശാസ്ത്ര വിഭാഗം ന്യൂട്ടന്റെ സംഭാവനയാണെന്നു വിശ്വസിക്കപ്പെടുന്നു (ജർമൻ ഭൗതികശാസ്ത്രജ്ഞനായിരുന്ന ലൈബ്നിത്സിനും — Leibnitz — കാൽക്കുലസിന്റെ "പിതൃത്വം" അവകാശപ്പെടാമെന്നൊരു വീക്ഷണമുണ്ട്).
4. ബൈനോമിയൽ തിയറം (Binomial theorum) കണ്ടുപിടിച്ചു.
5. പ്രസിദ്ധങ്ങളായ മൂന്നു ചലനനിയമങ്ങൾ (Laws of Motion) ആവിഷ്കരിച്ചു.
6. ഗുരുത്വാകർഷണം (gravitation) എന്ന ബലത്തെപ്പറ്റി സമഗ്രമായ അറിവ് ശാസ്ത്രലോകത്തിന് നൽകി.
7. മഹത്തായ ഒരു ശാസ്ത്രഗ്രന്ഥം - *Principia Mathematica* (പ്രിൻസിപ്പിയ മാത്തമാറ്റിക്ക) രചിച്ചു. ശാസ്ത്രത്തിലെ ഒരു വലിയ ക്ലാസ്സിക് (classic) ഗ്രന്ഥമാണിത് (ഗ്രന്ഥത്തിന്റെ മുഴുവൻ പേര് *Philosophiae naturalis principia mathematica* എന്നത്രെ).

ലഘു ജീവിതരേഖ

ജനനം 1642 ഡിസംബർ 23. 'മാസം എത്താതെ'(premature) പിറന്ന ശിശുവായിരുന്നു ഐസക് ന്യൂട്ടൺ. പ്രസവശുശ്രൂഷകൾ ചെയ്ത വയറ്റാട്ടിമാർ തമ്മിൽത്തമ്മിൽ പറഞ്ഞുവത്രേ: "കഷ്ടം തന്നെ! വളരെ ചെറിയ ശിശു. ഒരു പൂച്ചക്കുഞ്ഞിനെപ്പോലെ! ഇത് അധികകാലം ജീവിച്ചിരിക്കുമെന്നു തോന്നുന്നില്ല!" പക്ഷെ അകാലജനനത്തേയും അനാരോഗ്യത്തേയും ആ ബാലൻ അതിജീവിച്ചു.

ഐസക്കിന്റെ അച്ഛൻ, ഐസക്കിന്റെ ജനനത്തിനു മൂന്നുമാസം മുമ്പുതന്നെ നിര്യാതനായിരുന്നു. ബാലനായ ന്യൂട്ടന് 2 വയസ്സായപ്പോൾ അമ്മ പുനർവിവാഹം ചെയ്തു. അമ്മൂമ്മയുടെ കൂടെ ഒരു കൃഷിസ്ഥലത്തെ കർഷകഗൃഹത്തിൽ (farm house) ആണ് പിന്നെ ഐസക് ജീവിച്ചത്.

പ്രകൃതിയെ നിരീക്ഷിക്കാനും പഠിക്കാനുമുള്ള ചോദന ന്യൂട്ടന് ഈ പശ്ചാത്തലത്തിലാണ് ലഭിച്ചത്. പന്ത്രണ്ടു വയസായപ്പോൾ ഐസക്കിനെ ഗ്രാൻഥാമിലെ (Grantham) സ്കൂളിലാക്കി. പഠിത്തത്തോടൊപ്പം കാറ്റാടികൾ, പട്ടങ്ങൾ (kites) മുതലായവ ഉണ്ടാക്കലായിരുന്നു ന്യൂട്ടന്റെ പ്രിയ വിനോദങ്ങൾ. 'ക്ലാർക്ക്' എന്ന പേരുള്ള ഒരു വൈദ്യന്റെ (Apothecary) കൂടെയായിരുന്നു സ്കൂൾ വിദ്യാഭ്യാസകാലമത്രയും ന്യൂട്ടൺ താമസി

ച്ചത് (ക്ലാർക്കിന്റെ ഭാര്യ ന്യൂട്ടന്റെ അമ്മയുടെ സ്നേഹിതയായിരുന്നു). അവിടെവച്ച് ക്ലാർക്കിന്റെ ഭാര്യയുടെ ആദ്യവിവാഹത്തിലുണ്ടായ മകളായ (step-daughter) മിസ്. സ്റ്റോറി (Storey)യുമായി പതിനാലു വയസ്സുകാരൻ പ്രണയത്തിലായി; പ്രണയിനിക്കന്ന് വയസ്സ് പത്തും. ഈ കൗമാര പ്രണയം കുറേനാൾ നീണ്ടു നിന്നു. എന്നാൽ 1667–ൽ ഇരുപത്തിയഞ്ചുകാരനും പ്രായോഗികമതിയുമായി വളർന്നുകഴിഞ്ഞ ന്യൂട്ടൺ, വിവാഹവും കുടുംബജീവിതവുമെല്ലാം തന്റെ ധൈഷണിക ജീവിതത്തിനു തടസ്സമാകുമെന്നു നിശ്ചയിച്ച്, പ്രണയബന്ധത്തിന് തടയിട്ട് അതിൽനിന്ന് പിന്മാറി. അങ്ങനെ മിസ്. സ്റ്റോറിയുമായുള്ള പ്രണയം ന്യൂട്ടന്റെ ജീവിതത്തിലെ ഒരു കൊച്ചുകഥ (സ്റ്റോറി – story) മാത്രമായിത്തീർന്നു!

ന്യൂട്ടന് 16 വയസ്സായപ്പോൾ 'രണ്ടാനച്ഛൻ'(step - father) അന്തരിച്ചു. ന്യൂട്ടൺ വീണ്ടും അമ്മയോടൊത്തു താമസിക്കാൻ തുടങ്ങി. പിന്നീട് ഉപരി വിദ്യാഭ്യാസം പ്രശസ്ത സർവകലാശാലയായ കേംബ്രിഡ്ജിലാക്കി (Cambridge). ന്യൂട്ടന്റെ ബൃഹത്തായ ശാസ്ത്രജീവിതം തളിരിട്ടു, പൂവിട്ടു, ഫലപ്രാപ്തിയെത്തിയതു കേംബ്രിഡ്ജിൽ വച്ചായിരുന്നു.

നിത്യബ്രഹ്മചാരിയായാണ് ഈ മഹാശാസ്ത്രജ്ഞൻ തന്റെ ദീർഘ ജീവിതം – എൺപത്തിയഞ്ചുവർഷം – കഴിച്ചു കൂട്ടിയത്. യഥാർഥ സുഹൃത്തുക്കൾ കുറവായിരുന്നു; പക്ഷേ, ശിഷ്യരും ആരാധകരും ധാരാളമുണ്ടായിരുന്നു. ധാരാളം വിരോധികളുമുണ്ടായിരുന്നു ന്യൂട്ടന്! അദ്ദേഹത്തിന്റെ സ്വഭാവത്തിന്റെ വൈചിത്ര്യങ്ങളും പെരുമാറ്റത്തിലെ പരുക്കൻമട്ടും മറ്റുമായിരുന്നു കാരണം.

ബാല്യ–കൗമാര ഘട്ടങ്ങളിൽ അനാരോഗ്യവാനായിരുന്ന ന്യൂട്ടൺ വാർധക്യത്തിൽ ആരോഗ്യവാനായിരുന്നു. തന്റെ 85–ാം വയസ്സിലും അദ്ദേഹം ഊർജസ്വലനും കർമനിരതനും ആയിരുന്നു. 1727 മാർച്ച് 20–ാം തീയതി വാർധക്യ സഹജമായ രോഗങ്ങൾമൂലം ന്യൂട്ടൺ നിര്യാതനായി.

സ്വഭാവവൈചിത്ര്യങ്ങൾ

'ചന്ദ്രനിൽ കളങ്ക'മെന്ന പോലെ, മഹാനായ ഈ ലോകപ്രശസ്ത ശാസ്ത്രജ്ഞന് പല സ്വഭാവ വൈചിത്ര്യവൈകല്യങ്ങളും ഉണ്ടായിരുന്നു. ഇന്നു ജീവിച്ചിരിക്കുന്ന ശാസ്ത്രജ്ഞരിൽ പ്രമുഖനും കേംബ്രിഡ്ജ് സർവകലാശാലയിൽ പണ്ടു ന്യൂട്ടൺ വഹിച്ചിരുന്ന പ്രൊഫസർ സ്ഥാനം വഹിക്കുന്ന ആളുമായ സ്റ്റീഫൻ ഹാക്കിങ് (Stephen Hawking) പറയുന്നതു നോക്കുക: "Newton was not a pleasant man" (ന്യൂട്ടൺ സുമനസ്സായ ഒരാളല്ലായിരുന്നു എന്നു വ്യംഗ്യം).

എതിരാളികളെ വാദപ്രതിവാദങ്ങൾ വഴി അടിച്ചമർത്തുന്നതിൽ ന്യൂട്ടൺ അത്യാഹ്ലാദം കണ്ടെത്തിയിരുന്നു. ലൈബ്നിത്സുമായുള്ള തർക്കം ഒരു ഉദാഹരണമാണ്. ആരാണ് കാൽക്കുലസ് കണ്ടുപിടിച്ചത്, ന്യൂട്ടനോ അതോ ലൈബ്നിത്സോ? (ഈ തർക്കം ഇന്നും തീർപ്പായിട്ടില്ല!) തർക്കം

മൂത്തപ്പോൾ സംഗതി റോയൽ സൊസൈറ്റിയുടെ മധ്യസ്ഥതയ്ക്ക് വിട്ടു. റോയൽ സൊസൈറ്റിയുടെ അധ്യക്ഷപദം ഇതിനിടെ ന്യൂട്ടൺ ഏറ്റെടുത്തിരുന്നു! സൊസൈറ്റിയുടെ തീരുമാനം ന്യൂട്ടന് അനുകൂലമായിരുന്നു. ഹതാശനായ ലൈബ്നിത്സ് ഇതിനുശേഷം അധികകാലം ജീവിച്ചില്ല. ലൈബ്നിത്സിന്റെ നിര്യാണവാർത്ത കേട്ടപ്പോൾ ന്യൂട്ടൺ ഇങ്ങനെ പറഞ്ഞുവത്രേ: "ആ ജർമൻകാരന്റെ ഹൃദയം ഞാൻ തകർത്തു കളഞ്ഞു!"

റോബർട്ട് ഹുക്കുമായുണ്ടായ (Robert Hooke) തർക്കം മറ്റൊരു ഉദാഹരണമാണ്. ന്യൂട്ടനേക്കാൾ സീനിയറായിരുന്നു ഹൂക്ക് (Robert Hooke, 1635-1703); ന്യൂട്ടനു മുമ്പേതന്നെ റോയൽ സൊസൈറ്റിയുടെ അധ്യക്ഷനുമായിരുന്നു. പ്രകാശത്തെപ്പറ്റി പ്രിസങ്ങൾ (prisoms) ഉപയോഗിച്ച് ന്യൂട്ടൺ നടത്തിയ പരീക്ഷണങ്ങൾ അതിനുമുമ്പേതന്നെ താൻ നടത്തിയവയായിരുന്നുവെന്ന് ഹൂക്ക് വാദിച്ചു. പക്ഷേ ഹൂക്കിന്റെ പരീക്ഷണങ്ങൾ പിഴവുകളുള്ളവയായിരുന്നു. അവയിൽനിന്ന് ശരിയായ നിഗമനങ്ങളിലെത്താൻ ഹൂക്കിന് സാധിച്ചിരുന്നുമില്ല.

അനാഥമായ ബാല്യകാലം, ജനിക്കുന്നതിനുമുമ്പേ പിതാവിന്റെ മരണം, അമ്മയുടെ പുനർവിവാഹം, ഒരു അന്യഗൃഹത്തിൽ താമസിച്ചു പഠിക്കേണ്ടിവന്നത്, ആരോഗ്യം മോശമായ കൗമാരഘട്ടം, വിഫലമായ പ്രണയം, താരതമ്യേന പൊക്കം കുറവായതിന്റെ അപകർഷതാബോധം, പലപ്പോഴും അനുഭവിക്കേണ്ടിവന്ന ദാരിദ്ര്യം ഇവയെല്ലാം ന്യൂട്ടന്റെ സ്വഭാവസവിശേഷതകൾക്കു കാരണമായിരുന്നുവെന്ന് ശാസ്ത്ര ചരിത്രകാരന്മാർ അഭിപ്രായപ്പെടുന്നു.

ആപ്പിൾപ്പഴക്കഥ

കേംബ്രിഡ്ജിൽ കിങ്സ് കോളേജിനടുത്ത് (Kings College) ഒരിക്കൽ ന്യൂട്ടൺ ഒരു ആപ്പിൾ മരച്ചുവട്ടിൽ ഇരിക്കവേ, മരത്തിൽനിന്നും ഒരു പഴുത്ത ആപ്പിൾ അടർന്ന് താഴേക്ക് വീണു എന്നും അതു കണ്ട ന്യൂട്ടൺ "എന്തു കൊണ്ട് ഈ പഴം വായുവിൽത്തന്നെ നിശ്ചലമായി നിന്നില്ല? എന്തുകൊണ്ടു താഴെ ഭൂമിയിലേക്കു വീണു? എന്തുകൊണ്ടു നേരെ മുകളിലേക്ക് പോയില്ല?" എന്നെല്ലാം ആലോചിച്ചുവെന്നും അങ്ങനെയാണ് അദ്ദേഹം ഗുരുത്വാകർഷണ നിയമങ്ങൾ കണ്ടുപിടിച്ചതെന്നും ഒരു കഥ പ്രചാരത്തിലുണ്ട്. ഇത് യഥാർഥ സംഭവകഥയാണോ, അതോ ഭാവനാശാലിയായ ഏതെങ്കിലും രസികൻ കെട്ടിച്ചമച്ച കഥയാണോ എന്ന് ഇന്നും തീർച്ചയില്ല. ഏതായാലും കിങ്സ് കോളേജിന്റെ അങ്കണത്തിൽ ന്യൂട്ടന്റെ ആപ്പിൾമരത്തിന്റെ ഒരു തൈ വളരെ സൂക്ഷിച്ചു പരിചരണം ചെയ്തു വളർത്തുന്നുണ്ട്. ശാസ്ത്രകുതുകികളായ അനേകം പേർ (ഈ ലേഖകൻ ഉൾപ്പെടെ!) ആപ്പിൾമരം കണ്ട് അതിന്റെ ചുവട്ടിലിരുന്ന് ആ മഹാശാസ്ത്രജ്ഞനെപ്പറ്റി ആദരപൂർവം ഓർമ്മകളും ഭാവനകളും നെയ്തിട്ടുണ്ട്.

ഞാനൊരു വെറും ബാലൻ!

അധൃഷ്യനും അഹങ്കാരിയും എന്നു പലരും കരുതിയ ന്യൂട്ടൺ യഥാർഥത്തിൽ വിനീതനായ ഒരാളായിരുന്നു. മഹത്തായ തന്റെ കണ്ടുപിടിത്തങ്ങളെ ഒരാൾ പ്രകീർത്തിച്ചപ്പോൾ ന്യൂട്ടൺ പ്രതികരിച്ചത് ഇങ്ങനെയാണ്: "എന്റെ സ്വന്തം വിലയിരുത്തലനുസരിച്ച്, കടൽത്തീരത്തു കളിച്ചുകൊണ്ടിരിക്കുന്ന ഒരു ബാലൻ മാത്രമാണ് ഞാൻ. ഭംഗിയുള്ള ചില മുത്തുച്ചിപ്പികളും ശംഖുകളും ഞാൻ പെറുക്കിയെടുത്തു. എന്നാൽ അസംഖ്യം വിലയേറിയ രത്നക്കല്ലുകൾ ഇനിയും പെറുക്കി എടുക്കപ്പെടാനായി കാത്തുകിടക്കുന്നു!"

അനുബന്ധം – 1

ന്യൂട്ടന്റെ പ്രസിദ്ധങ്ങളായ മൂന്നു ചലനനിയമങ്ങൾ (Newton's laws of Motion) ഇവയാണ്:

1. ഒരു ബാഹ്യബലത്തിന്റെ പ്രവർത്തനം അതിന്മേലില്ലെങ്കിൽ, ഒരു വസ്തു അതിന്റെ നിശ്ചലാവസ്ഥയിലോ (state of rest) ഏകതാന വേഗതയുള്ള അവസ്ഥയിലോ (State of uniform motion) തുടരും.
2. വസ്തുവിന്മേൽ പ്രവർത്തിക്കുന്ന ബലത്തിന് (force acting on a body) ആനുപാതികമായിരിക്കും. സംവേഗ വ്യത്യാസത്തിന്റെ തോത് (rate of change of momentum).
3. ഏതു പ്രവർത്തനത്തിനും അതിനോടു തുല്യവും വിപരീതവും ആയ ഒരു പ്രതിപ്രവർത്തനമുണ്ട്.

5

കരോളസ് ലിന്നേയൂസ്
(Carolus Linnaus , 1707 - 1778)

ജീവശാസ്ത്രങ്ങൾക്ക് (life science) - പ്രത്യേകിച്ച് സസ്യശാസ്ത്രത്തിന് (Botany) — 'രൂപഭദ്ര'മായ ഒരു അടിത്തറ നൽകിയ മഹാനായ ശാസ്ത്രജ്ഞനായിരുന്നു കരോളസ് ലിന്നേയൂസ് അഥവാ '*കാർൾ ഫൊൺ ലിന്നെ*' (Carl Von Linne) എന്ന സ്വീഡിഷ് ശാസ്ത്രജ്ഞൻ.

കരോളസ് ലിന്നേയൂസ്

സസ്യജാലങ്ങളുടെ ശാസ്ത്രീയമായ വർഗീകരണം (classification) ലിന്നെ (Linn'e)യുടെ മഹത്തായ സംഭാവനയത്രെ. അക്കാലത്ത് സസ്യശാസ്ത്രജ്ഞർ ചെടികളെ തരംതിരിച്ചിരുന്നത് പല വിധത്തിലായിരുന്നു. ഉദാഹരണം: 1. മാംസളമോ മുള്ളുകളുള്ളതോ, 2. അക്ഷരമാലാക്രമത്തിൽ; 3. പ്രാധാന്യം അനുസരിച്ച്, 4. മനുഷ്യശരീരത്തിൽ ഉണ്ടാക്കുന്ന ഫലങ്ങളനുസരിച്ച്; ഇതെല്ലാം അശാസ്ത്രീയമോ അർധശാസ്ത്രീയമോ ആയിരുന്നുവല്ലോ.

അതിനു പകരം ശാസ്ത്രീയമായ ഒരു നാമകരണരീതിയും വർഗീകരണരീതിയും ലിന്നെ ആവിഷ്കരിച്ചു. ഈ രീതി അദ്ദേഹം തന്റെ 'മാസ്റ്റർ പീസ്' ആയ *സ്പീഷിസ് പ്ലാന്താരം* (*Species Plantarum*) എന്ന കൃതിയിലൂടെ 1753–ൽ പ്രസിദ്ധീകരിച്ചു. സസ്യങ്ങളുടെ ജൈവശാസ്ത്രപരമായ ഘടനകളും ഗുണ

ധർമങ്ങളും (properties) മാനദണ്ഡമാക്കി. പേരുകൾക്ക് രണ്ടു ഭാഗമുണ്ടാക്കി. ആദ്യത്തെ ഭാഗം ഒരു സാമാന്യനാമവും രണ്ടാമത്തെ ഭാഗം ഒരു വിശേഷണവുമത്രെ. ഉദാഹരണം: 'റോസ ഗാലിക്ക' (Rosa gallica). ഇതുകൂടാതെ ഈ ദ്വിപദ (binomial) നാമത്തിനു പിന്നാലെ ഒരു വ്യക്തിയുടെ പേരുമാകാം. ഉദാ: ബീറ്റാ വൾഗാരിസ് L (Beta Vulgaris L) ഇവിടെ L=Linn'e (സാധാരണ ബീറ്റ്). ഇത്തരം സിസ്റ്റം (system) പിന്നീട് ജന്തുലോകത്തിനും ആവിഷ്കരിച്ചു. ഇങ്ങനെയാണ് ജൈവശാസ്ത്രത്തിലാകെ നാം ഇന്നു കാണുന്ന, ലാറ്റിൻ പദങ്ങളടങ്ങിയ, 'ലിന്നിയൻ' (Linnean) വർഗീകരണരീതി.

ഈ രീതി വളരെവേഗം സാർവത്രിക അംഗീകാരം നേടി.

സസ്യജാലങ്ങളുടെ ലൈംഗികത

സമകാലിക ശാസ്ത്രലോകത്തിലും പൊതുജനങ്ങളുടെ ഇടയിലും കോളിളക്കമുണ്ടാക്കിയ മറ്റൊരു വലിയ സംഭാവനയും കാൾ ഫൊൺ ലിന്നേയുടേതായുണ്ട് — സസ്യജാലങ്ങളുടെ ലൈംഗികതയെപ്പറ്റിയുള്ള പഠനങ്ങളും വിവരണങ്ങളും. ചെടികൾ വംശവർധന സാധിക്കുന്നത് ലൈംഗിക പ്രക്രിയകളിൽക്കൂടിയാണ്, 'സ്റ്റാമെൻ' (Stamen) എന്ന പുരുഷ ലിംഗ അവയവത്തിലെ 'പോളെൻ' (pollen) തരികളിലാണ് ബീജം ഉള്ളത്; സ്ത്രൈണ അവയവമായ 'പിസ്റ്റി'ലിൽ (pistil) ഗർഭപാത്രം പോലുള്ള ഒരു പൊള്ളയായ ഭാഗമുണ്ട്. അതിലാണ് ബീജാധാനം നടന്നുകഴിഞ്ഞ വിത്ത് വളരുന്നത് എന്നെല്ലാം ലിന്നെ സ്ഥാപിച്ചു. മാത്രമല്ല, ഈ കാര്യങ്ങളെല്ലാം കാവ്യാത്മകമായ ഭാഷയിൽ എഴുതുകയും ചെയ്തു. നോക്കുക:

"The actual petals of the flowers contribute nothing to procreation, serving only as bridal beds which the creator has so gloriously arranged, adorned with such noble bed curtains and perfumed with many sweet cents."

(പൂക്കളുടെ ദലങ്ങൾ വാസ്തവത്തിൽ പ്രജനനപ്രക്രിയയിൽ പങ്കൊന്നും വഹിക്കുന്നില്ല. സ്രഷ്ടാവ് അതിമനോഹരമായി സംവിധാനം ചെയ്ത ദാമ്പത്യശയ്യകൾ മാത്രമാണവ. അവയ്ക്ക് മഹത്തായ ബെഡ്കർട്ടനുകളുണ്ട്; പലതരം സുഗന്ധദ്രവ്യങ്ങൾ അവയിൽ പുരട്ടിയിട്ടുമുണ്ട്).

ജനരോഷം

ഇത്തരം നിറം പകർന്ന വർണനകൾ അക്കാലത്തെ യാഥാസ്ഥിതിക സമൂഹത്തിനു പഥ്യമായിരുന്നില്ല. അതിനാൽ പലരും ലിന്നെയെ 'അസന്മാർഗി,' 'അധഃപതന മനഃസ്ഥിതിയുള്ളവൻ' എന്നെല്ലാം വിമർശിച്ചുവത്രെ. ഗലീലിയോയുടെ കാലഘട്ടത്തിലായിരുന്നു ജന്മമെങ്കിൽ ലിന്നെ ക്രൂശിക്കപ്പെട്ടേനെ! മാത്രമല്ല, താരതമ്യേന മതാന്ധത കുറഞ്ഞ രാജ്യമായ സ്വീഡനിൽ ജീവിച്ചതും ഭാഗ്യമായി!

അൽപ്പം ജീവചരിത്രം

സ്വീഡനിൽ സ്മേലൻഡ് (Smaland) എന്ന നഗരത്തിലാണ് കാർൽ ഫൊൺ ലിന്നെ ജനിച്ചത് (1707). പുരോഹിതനായിരുന്നു അച്ഛൻ. 1732–ൽ കാർൽ, സ്വീഡന്റെ വടക്കേ അറ്റത്തെ പ്രവിശ്യയായ ലാപ്‌ലൻഡിൽ (Lap land) പ്രകൃതിയിലെ സസ്യങ്ങളെപ്പറ്റി പഠിക്കാനെത്തി. അവിടത്തെ കാട്ടുപൂക്കളും പ്രാണികളും കാട്ടുമൃഗങ്ങളുമെല്ലാം ആ യുവഗവേഷകന്റെ നിരീക്ഷണത്തിൽപ്പെട്ടു. അന്നുവരെ അറിയപ്പെടാതിരുന്ന നൂറുകണക്കിന് ജൈവജാതികളുടെ (species) ശേഖരവുമായാണ് കാർൽ ലാപ്‌ലൻഡിൽ നിന്ന് മടങ്ങിയെത്തിയത്.

അതിനിടയ്ക്ക് ഒരു ഡോക്ടറുടെ മകളായ ലിസ മൊറേയൂസ് (Lisa Moraeus) എന്ന യുവതിയുമായി കാർൽ പ്രേമബദ്ധനായി. പക്ഷേ ലിസയുടെ അച്ഛൻ പറഞ്ഞു: "എന്റെ മകളെ ഒരു പുഷ്പഗവേഷകനു വിവാഹം ചെയ്തു കൊടുക്കില്ല ഞാൻ. ഒരു ഡോക്ടർതന്നെ വേണം എനിക്ക് ജാമാതാവായി!" കാർൽ നിരാശനായില്ല! അയാൾ വൈദ്യശാസ്ത്രം പഠിച്ചു; അതിനായി അയൽരാജ്യമായ ഹോളണ്ടിൽ (Holland) പോയി മൂന്നു വർഷത്തെ പഠനശേഷം തിരിച്ചു സ്വീഡനിലെത്തി ലിസയെത്തന്നെ വിവാഹം കഴിച്ചു.

പക്ഷേ ശ്വശുരനേക്കാൾ സമർഥനും സൂത്രശാലിയും ആയിരുന്നു ജാമാതാവ്! വിവാഹശേഷം കാർൽ, ഡോക്ടർ എന്ന നിലയിലുള്ള പ്രാക്റ്റീസ് ക്രമേണ കുറച്ചുകൊണ്ടുവന്ന് ഒടുവിൽ പൂർണമായും ഒരു സസ്യശാസ്ത്രഗവേഷകൻ തന്നെയായി മാറി!

തെറ്റായ ധാരണകൾ

അക്കാലത്തെ മറ്റനേകം പണ്ഡിതരേയുംപോലെ തന്നെ, ഈശ്വരൻ എല്ലാ ജൈവജാതികളെയും 'പണിതീർത്ത' സൃഷ്ടികളായി (finished products) ഒരേ സമയത്തു സൃഷ്ടിച്ചു എന്ന് കാർൽ ലിന്നേയും വിശ്വസിച്ചു. ഈ സൃഷ്ടികളെ തരംതിരിക്കൽ മാത്രമാണ് സസ്യജന്തു ശാസ്ത്രജ്ഞരുടെ ജോലി എന്ന് ലിന്നെ പറഞ്ഞു (ഡാർവിൻ ജനിക്കാൻ പിന്നെയും നൂറുകൊല്ലത്തോളം കാത്തിരിക്കേണ്ടതായി വന്നല്ലോ!).

എങ്കിലും ലിന്നെയുടെ ഒരു സങ്കൽപ്പം ഒരു നൂറ്റാണ്ടിനുശേഷം വന്ന ഡാർവിനെ സഹായിച്ചു. എന്തായിരുന്നു അതെന്നോ?

സസ്യവർഗീകരണത്തിനുശേഷം ലിന്നെയുടെ ശ്രദ്ധ ജന്തു വർഗീകരണത്തിലേക്കു തിരിഞ്ഞു. അവിടെ അദ്ദേഹം മനുഷ്യർ, മനുഷ്യക്കുരങ്ങുകൾ (apes), കുരങ്ങന്മാർ ഇവയെ ഒരു ഗ്രൂപ്പിൽപ്പെടുത്തി. ഈ ഗ്രൂപ്പിനെ 'പ്രൈമേറ്റുകൾ' (Primates) എന്നു പേരുമിട്ടു. അപ്പോൾ മനുഷ്യനും കുരങ്ങനും ഒരേ ഗ്രൂപ്പിലാണെന്ന ആശയം സിദ്ധിച്ചല്ലോ. ഈ ആശയമാണ് ഡാർവിന്റെ പരിണാമസിദ്ധാന്തം രൂപീകരിക്കുവാൻ അദ്ദേഹത്തിന് സഹായകമായത് — മറ്റനേകം കാര്യങ്ങളുടെ കൂടെയാണെങ്കിൽത്തന്നെയും — എന്നു ശാസ്ത്രജ്ഞർ വിലയിരുത്തുന്നു.

ജീവിതസായാഹ്നം

അങ്ങനെയൊന്നും തളരാത്ത, ശക്തനായ മനുഷ്യനായിരുന്നു കരോളസ് ലിന്നേയൂസ് അഥവാ കാർൽ ഫൊൺ ലിന്നെ. പ്രണയകഥയിലെ വിജയം നേരത്തെ സൂചിപ്പിച്ചുവല്ലോ. സസ്യങ്ങളുടെ ലൈംഗികതയെപ്പറ്റിയുള്ള 'ലിന്നിയൻ' ഉൾക്കാഴ്ചകൾ (Linnean) ധാരാളം വിമർശകരേയും ശത്രുക്കളേയും സൃഷ്ടിച്ചെങ്കിലും ഒടുവിൽ അവരെക്കൊണ്ടെല്ലാം തന്റെ ആശയങ്ങൾ ശരിയാണെന്ന് ലിന്നെ സമ്മതിപ്പിച്ചു. അനേകം സസ്യജാതികൾ നിറഞ്ഞ അദ്ദേഹത്തിന്റെ ബൊട്ടാണിക്കൽ പൂന്തോട്ടം യൂറോപ്പിലാകെ പ്രഖ്യാതമായി; ധാരാളം ആരാധകരും ഉണ്ടായി. ബഹുമതികൾ ഒന്നൊന്നായി അദ്ദേഹത്തെ തേടി വന്നു. 1761–ൽ അദ്ദേഹത്തിന് പ്രഭുപദവി നൽകപ്പെട്ടു; സ്വീഡിഷ് പേരിലെ Von (ഫൊൺ) എന്ന പദം പ്രഭുത്വസൂചകമാണ്.

എങ്കിലും ശാസ്ത്രരംഗത്തുപോലും എതിരാളികൾ നിശ്ശബ്ദരായില്ല. പ്രസിദ്ധ പ്രകൃതിശാസ്ത്രജ്ഞനായിരുന്ന ബ്യൂഫോൺ (Buffon) പോലും 'ലിന്നിയൻ' സിദ്ധാന്തങ്ങളെ വിമർശിക്കുകയുണ്ടായി. മനുഷ്യനേയും കുരങ്ങനേയും ഒരേ ഗ്രൂപ്പിൽ (primates - പ്രൈമേറ്റ്സ്) പെടുത്തിയതായിരുന്നു ബ്യൂഫോണിനെ വിഷമിപ്പിച്ചത്. "മനുഷ്യന്റെ അന്തസ്സിനു കോട്ടം തട്ടുന്ന, നാണം കെടുത്തുന്ന ഒരു സത്യമാണ് ലിന്നിയൻ സിസ്റ്റം" (- a humiliating truth for mankind!-) എന്നാണ് ബ്യൂഫോൺ രേഖപ്പെടുത്തിയതത്രെ!

ജൈവശാസ്ത്രത്തിലെ അതികായനായിരുന്ന കരോളസ് ലിന്നെയൂസ് അഥവാ കാർൽ ഫൊൺ ലിന്നെ 1778–ൽ തന്റെ 71–ാം വയസ്സിൽ നിര്യാതനായി.

6

അന്ത്വാൻ ലോറാങ് ലവ്വാസിയേ
(Antoine Laurent Lavoisier , 1743 - 1794)

ആധുനിക രസതന്ത്രത്തിന്റെ രാജശിൽപ്പി ആരാണെന്ന് ചോദിച്ചാൽ ഒരു ഉത്തരമേയുള്ളു — അന്ത്വാൻ ലൊറാങ് ലവ്വാസിയേ! (Antoine Laurent Lavoisier) രസതന്ത്രത്തിന് ഒരു പരിമാണാത്മകരൂപം (Quantitative framework) നൽകി ഒരു കൃത്യതയുള്ള, നിഷ്കൃഷ്ടമായ ശാസ്ത്രമാക്കി അതിനെ ഉയർത്തിയത് ലവ്വാസിയേ ആയിരുന്നു.

അന്ത്വാൻ ലോറാങ് ലവ്വാസിയേ

ആദ്യകാല ശാസ്ത്രസംഭാവനകൾ

ചെറുപ്പം മുതൽ ശാസ്ത്രാഭിരുചി അന്ത്വാന് (Antoine) നിസ്സർഗ്ഗസിദ്ധമായിരുന്നു. പാരീസിലെ തെരുവുവിളക്കുകൾ പരിഷ്കരിച്ചതിന്റെ അഭിനന്ദനമായി ഒരു അവാർഡ് ലഭിച്ചത് 25–ാം വയസ്സിലാണ്. വൈദ്യുതിയില്ലാതിരുന്ന അക്കാലത്ത് വാതകം ഇന്ധനമാക്കി കത്തിച്ചായിരുന്നു തെരുവുവിളക്കുകൾ പ്രകാശിപ്പിച്ചിരുന്നത്. ഈ ജ്വലനം കൂടുതൽ കാര്യക്ഷമമാക്കിയതായിരുന്നു ലവ്വാസിയേയുടെ നേട്ടം. തുടർന്ന്, ജിപ്സത്തെപ്പറ്റിയും (gypsum) മറ്റു പല ഖനിജങ്ങളെപ്പറ്റിയും ഗവേഷണം നടത്തി. അഗ്നിശ

മനത്തിനായി തെരുവുകളിൽ ജലഹൈഡ്രന്റുകൾ (water hydrants) സ്ഥാപിക്കുക, പാരീസിലെ ജലവിതരണ സമ്പ്രദായം പരിഷ്കരിക്കുക, ഓടകളിലെ ദുർഗന്ധം കുറയ്ക്കുക, പൊതുസ്ഥാപനങ്ങൾ പ്രവർത്തിച്ചിരുന്ന കെട്ടിടങ്ങളിലെ ശീതകാല താപന (winter heating) സംവിധാനം കൂടുതൽ മെച്ചപ്പെടുത്തുക, സ്ത്രീകൾ കവിളിൽ പുരട്ടിയിരുന്ന സൗന്ദര്യവർദ്ധക 'റൂഷ്' (rouge) കൂടുതൽ ഗുണനിലവാരമുള്ളതാക്കുക, ഇങ്ങനെ പല കാര്യങ്ങളിലും അന്ത്വാൻ വിജയിച്ചു. ഇതിന്റെയെല്ലാം അംഗീകാരമായി 25-ാം വയസ്സിൽത്തന്നെ പ്രഖ്യാതമായ 'ഫ്രെഞ്ച് അക്കാദമീ ഡേ സിയാൻസിൽ' (French Academic des Sciences) അംഗത്വവും ലവ്വാസിയേക്കു ലഭിച്ചു.

സുപ്രധാന ശാസ്ത്രസംഭാവനകൾ

1. രസതന്ത്ര പരീക്ഷണങ്ങളിൽ അഭികാരകങ്ങളും (reactants) ഉൽപ്പന്നങ്ങളും (products) തൂക്കി നോക്കി, ദ്രവ്യത്തിന്റെ ഒരു ഭാഗം വാതകമായി നഷ്ടപ്പെട്ടോ എന്നും അഥവാ വായുവുമായി ചേർന്ന് ദ്രവ്യഭാരം കൂടിയിട്ടുണ്ടോ എന്നും നിർണയിക്കുന്ന സമ്പ്രദായം ആദ്യമായി തുടങ്ങി. 'രസതന്ത്രത്തിൽ തുലാസ് കൊണ്ടുവന്ന ആൾ' (the man who introduced weighing balance in chemistry) എന്ന ഖ്യാതി ലവ്വാസിയേക്കു കൈവന്നു. രസതന്ത്രം അന്നുവരെ ഗുണാത്മക (qualitative) ശാസ്ത്രം മാത്രമായിരുന്നു. ആ ശാസ്ത്രശാഖയെ പരിമാണാത്മകം (quantitative) കൂടി ആക്കി മാറ്റിയത് ലവ്വാസിയേ ആയിരുന്നു.
2. അക്കാലത്ത് രസതന്ത്രജ്ഞർ അംഗീകരിച്ചിരുന്ന ഫ്ളോഗിസ്റ്റൺ (flogiston) സിദ്ധാന്തം പാടെ തെറ്റാണെന്നു സ്ഥാപിച്ചത് ലവ്വാസിയേയുടെ വലിയൊരു നേട്ടമായിരുന്നു. മഗ്നീഷ്യം പോലുള്ള ഒരു ലോഹം വായുവിൽ ജ്വലിച്ച് ഒരു തരം ചാരമായി മാറുന്നത് അക്കാലത്തെ രസതന്ത്രജ്ഞർ വ്യാഖ്യാനിച്ചത് ഒരു 'ഫ്ളോഗിസ്റ്റൺ നഷ്ടം' ആയിട്ടായിരുന്നു.

   ലോഹം — ഫ്ളോഗിസ്റ്റൺ = ചാരം. അതായത് മഗ്നീഷ്യത്തിൽ നിന്നും 'ഫ്ളോഗിസ്റ്റൺ' എന്ന 'ലോഹചൈതന്യം' (essence of metal) നഷ്ടപ്പെട്ടാൽ 'ചാരം' കിട്ടുന്നുവത്രെ! പക്ഷേ ലവ്വാസിയേ തന്റെ തുലാസുപയോഗിച്ച് തൂക്കിനോക്കിയപ്പോൾ 'ചാര'ത്തിന് ലോഹത്തേക്കാൾ തൂക്കമുണ്ടെന്ന് കണ്ടെത്തി. അങ്ങനെയാണ് 'ചാരം' യഥാർത്ഥത്തിൽ ലോഹ ഓക്സൈഡാണെന്നും, 'ഫ്ളോഗിസ്റ്റൺ നഷ്ടം' അല്ല, 'ഓക്സിജൻ ലാഭം' ആണ് സംഭവിക്കുന്നതെന്നും ലവ്വാസിയേ തെളിയിച്ചത്.

   ലോഹം + ഓക്സിജൻ = ചാരം (ലോഹ ഓക്സൈഡ്)

   ഇതോടെ ഫ്ളോഗിസ്റ്റൺ സിദ്ധാന്തം തള്ളിക്കളയപ്പെട്ടു. 'ലോഹചൈതന്യം' എന്ന അന്ധവിശ്വാസവും തിരസ്കൃതമായി. ജ്വലനം

എന്നാൽ വായുവിലെ ഓക്സിജനുമായി നടക്കുന്ന രാസസംയോഗമാണെന്നും അംഗീകരിക്കപ്പെട്ടു. ഓക്സിജൻ എന്ന മൂലകം ആദ്യം കണ്ടുപിടിച്ചത് പ്രീസ്റ്റിലിയും (Joseph Priestley) ഷീലെയും (Karl Wilhelm Scheele, 1742-1786) ആയിരുന്നുവെങ്കിലും ഏറ്റവുമധികം ഈ മൂലകത്തെപ്പറ്റി പഠനം നടത്തിയത് ലവ്വാസിയേ ആയിരുന്നു.

3. രസതന്ത്രത്തിലെ ആദ്യകാല ക്ലാസ്സിക്കുകളായ രണ്ടു ഗ്രന്ഥങ്ങൾ ലവ്വാസിയേ രചിച്ചു. *നാമകരണം* (*Nomenclature*) എന്ന കൃതി 1787–ലും *രസതന്ത്രത്തിന് ഒരു പ്രാഥമിക പഠനഗ്രന്ഥം* (*An elementary treatise of chemistry*) എന്ന ഗ്രന്ഥം 1788–ലും പ്രസിദ്ധീകരിച്ചു.
4. വജ്രം (Diamond) കാർബണിന്റെ ഒരു അപരരൂപം (Isotope) ആണെന്നു തെളിയിച്ചത് ലവ്വാസിയേ ആയിരുന്നു. വജ്രത്തെപ്പറ്റി യൂറോപ്പിൽ അക്കാലത്ത് ഒരു അന്ധവിശ്വാസം നിലനിന്നിരുന്നു. വളരെ ഉയർന്ന താപനിലയിലേക്കു വജ്രത്തെ ചൂടാക്കിയാൽ വജ്രം അപ്രത്യക്ഷമാകും. ഇത് വജ്രത്തിന്റെ ദിവ്യമായ പ്രഭാവമാണെന്നായിരുന്നു അന്ധവിശ്വാസം! എന്നാൽ യഥാർഥത്തിൽ സംഭവിക്കുന്നത് വജ്രം വായുവിലെ ഓക്സിജനുമായി ഉയർന്ന താപനിലയിൽ പ്രതിപ്രവർത്തിച്ച് വാതകമായ കാർബൺ ഡൈഓക്സൈഡായി മാറുന്ന പ്രക്രിയയത്രെ! വജ്രവും സാധാരണ കരിയും ഒരേ മൂലകത്തിന്റെ വ്യത്യസ്ത രൂപങ്ങൾ മാത്രമാണെന്ന് ലവ്വാസിയേ തെളിയിച്ചു.
5. ജലം ഒരു മൂലകമാണെന്ന അന്ധവിശ്വാസം യൂറോപ്പിൽ അക്കാലത്തു നിലയുറപ്പിച്ചിരുന്നു. ഗ്രീക്കുകാരുടെ ചതുർഭൂത സിദ്ധാന്തത്തിന്റെ 'ബാക്കി'യായിരുന്നു ഈ വിശ്വാസം (ഭൂമി, ജലം, അഗ്നി, വായു ഇവയായിരുന്നു യവനരുടെ ചതുർഭൂതങ്ങൾ. പ്രാചീന ഭാരതീയ സങ്കൽപ്പത്തിൽ ആകാശം കൂടി ചേർത്ത പഞ്ചഭൂതസിദ്ധാന്തമായിരുന്നല്ലോ അംഗീകൃതമായിരുന്നത്). എന്നാൽ ഹൈഡ്രജൻ, ഓക്സിജൻ എന്ന രണ്ടു രാസമൂലകങ്ങൾ ചേർന്നുണ്ടാകുന്ന യൗഗികമാണ് ജലം എന്നു ലവ്വാസിയേ തെളിയിച്ചു.

രസകരമായകാര്യം ഇവിടെ സ്മരിക്കേണ്ടതുണ്ട്. സമകാലീന വിമർശകർ ലവ്വാസിയേയെ പരിഹാസശരങ്ങൾകൊണ്ടു മൂടിയിരുന്നുവെന്ന വസ്തുതയാണിത്. "ജലം എങ്ങനെയാണ് ഹൈഡ്രജനും ഓക്സിജനും ചേർന്നുണ്ടാകുന്നത്? പെട്ടെന്നു കത്തിപ്പിടിക്കുന്ന വാതകമാണ് ഹൈഡ്രജൻ. ഓക്സിജനാകട്ടെ, ജ്വലനസഹായിയായ ഒരു പദാർഥമാണ്. ഇവ രണ്ടും ചേർന്ന്, തീകെടുത്തുന്ന ദ്രാവകമായ ജലം ഉണ്ടാകുന്നതെങ്ങനെ?" എന്നെല്ലാമായിരുന്നത്രെ ഈ മൂഢരുടെ വിമർശനങ്ങൾ!

ജീവിതരേഖ

സാമ്പത്തികമായി നല്ല നിലയിലുള്ള കുടുംബമായിരുന്നു അന്ത്വാൻ ലവ്വാസിയേയുടേത്. അച്ഛൻ ധനികനായ ഒരു ഭൂപ്രഭുവായിരുന്നു. നിയമപഠനമായിരുന്നു യുവാവായ അന്ത്വാൻ ആദ്യം നടത്തിയത്. പക്ഷേ ക്രമേണ ആധുനികശാസ്ത്രത്തിൽ, പ്രത്യേകിച്ച് രസതന്ത്രത്തിൽ, കൂടുതൽ താൽപ്പര്യം കാണിച്ചു. ഒരു അഭിജാത കുടുംബാംഗമായ പോൾസെ (Paulze)യുടെ മകളായ മാറീ ആനിനെ (Marie - Anne) വിവാഹം ചെയ്തു. ശ്വശുരനായ പോൾസെയുടെ പ്രേരണമൂലം സർക്കാരിന്റെ, അതായത് ലൂയി 15–ാമന്റെ ഭരണത്തിന്റെ, കീഴിൽ കരംപിരിക്കുന്ന കളക്ടർമാരിലൊരാളായി ഉദ്യോഗം സ്വീകരിച്ചു. ഉദ്യോഗത്തിൽ പക്ഷേ, പേരിനു മാത്രമേ താൽപ്പര്യം കാണിച്ചുള്ളൂ; ശ്രദ്ധ മുഴുവനും തന്നെയെന്നു പറയാം രസതന്ത്ര ഗവേഷണത്തിലായിരുന്നു.

ശരിക്കും ഒരു ഉത്തമ സഹധർമ്മിണിയായിരുന്നു മാറീ ആൻ. സൽക്കാരപ്രിയയും 'സൊസൈറ്റി ലേഡി'യുമായ അവരുടെ ഡിന്നർ വേളകളിൽ അനേകം പ്രശസ്ത ശാസ്ത്രജ്ഞർ അതിഥികളായി പങ്കെടുത്തിരുന്നു. ഉദാഹരണമായി ഇംഗ്ലണ്ടിൽ നിന്ന് പ്രീസ്റ്റ്ലി (ഓക്സിജൻ കണ്ടുപിടിച്ച ശാസ്ത്രജ്ഞൻ), അമേരിക്കയിൽനിന്ന് ബഞ്ചമിൻ ഫ്രാങ്ക്ളിൻ, ഫ്രാൻസിൽ നിന്നുതന്നെ ലാപ്ലാസ് (Laplace) അങ്ങനെ പലരും. സൗഭാഗ്യപൂർണമായിരുന്ന ജീവിതത്തിൽ ദുരന്തം വന്ന വഴി വിചിത്രമായിരുന്നു.

ഒരു പകയുടെ കഥ

ലവ്വാസിയേ 'ഫ്രെഞ്ച് അക്കാദമീ ദേ സിയാൻസി'ന്റെ അധ്യക്ഷപദവി വഹിച്ച കാലഘട്ടത്തിൽ ഒരു ഫ്രെഞ്ച് യുവശാസ്ത്രജ്ഞനായ ഴാങ്–പോൾ മാറാ (Jean Paul Marat) അക്കാദമി അംഗത്വത്തിനായി അപേക്ഷ നൽകിയിരുന്നു. വേണ്ടത്ര യോഗ്യത ഇല്ലാതിരുന്നതിനാൽ ലവ്വാസിയേ ആ അപേക്ഷ തള്ളിക്കളഞ്ഞിരുന്നു; ഇതു സംഭവിച്ചത് 1780–ലായിരുന്നു. ഈ സംഭവം മാറായെ കോപാക്രാന്തനാക്കി. അയാൾ മനസ്സിൽ പക സൂക്ഷിച്ചുവച്ച് എന്നെങ്കിലും പ്രതികാരം ചെയ്യുമെന്ന് സ്വയം ശപഥം ചെയ്തു.

പന്ത്രണ്ടു വർഷം കഴിഞ്ഞപ്പോൾ ഴാങ് പോൾ മാറായ്ക്ക് പ്രതികാരത്തിനുള്ള അവസരം ലഭിച്ചു. ഇതിനിടെ അയാൾ ശാസ്ത്രഗവേഷണമെല്ലാം ഉപേക്ഷിച്ച് സജീവ രാഷ്ട്രീയ പ്രവർത്തകനായി മാറിയിരുന്നു. ഫ്രെഞ്ച് വിപ്ലവം പൊട്ടിപ്പുറപ്പെട്ടപ്പോൾ മാറാ ഒരു വിപ്ലവനായകനായി. അനേകം പ്രഭു കുടുംബജാതരെ വിപ്ലവകാരികൾ പിടികൂടി 'ഗില്ലറ്റിൻ' (Guillotine) എന്ന കുപ്രസിദ്ധയന്ത്രത്തിൽപ്പെടുത്തി ശിരച്ഛേദം ചെയ്തു വധിച്ചു. കൂട്ടത്തിൽ മാറാ നിർദേശിച്ചതനുസരിച്ച് ലവ്വാസിയേയും പിടികൂടി.

എന്തായിരുന്നു ആ മഹാശാസ്ത്രജ്ഞന്റെ മേൽ ആരോപിക്കപ്പെട്ട കുറ്റം? ലവ്വാസിയേ നാമമാത്രമെങ്കിലും ഒരു ടാക്സ്കളക്ടറായി ഉദ്യോഗം

വഹിച്ചിരുന്നുവല്ലോ. അതിനാൽ അദ്ദേഹം ജനദ്രോഹിയായി മുദ്രയടിക്കപ്പെട്ടു. മാത്രമല്ല ധനികനും അഭിജാതനുമായിരുന്ന പോൾസേയുടെ ജാമാതാവുമായിരുന്നല്ലോ ലവ്വാസിയേ. അതിനാൽ ഴാങ് പോൾ മാറാ ഇങ്ങനെ ആക്രോശിച്ചുവത്രെ: "വിപ്ലവത്തിന്റെ ശത്രു; കള്ളന്മാർക്കു കൂട്ടുനിന്നവൻ; അവനെ അടുത്തു കാണുന്ന വിളക്കുകാലിൽ തൂക്കിക്കൊല്ലുക!" വിപ്ലവത്തിന്റെ ആവേശത്തിനിടയിൽ ലവ്വാസിയേ വധശിക്ഷയ്ക്കു വിധിക്കപ്പെട്ടു. ആരോ ചൂണ്ടിക്കാണിച്ചുവത്രെ, "ഇദ്ദേഹം ഒരു പ്രസിദ്ധ ശാസ്ത്രജ്ഞനാണ്" എന്ന്. അപ്പോൾ ജഡ്ജി പറഞ്ഞത് ഇങ്ങനെയായിരുന്നു: "റിപ്പബ്ലിക്കിന് ശാസ്ത്രജ്ഞരെ ആവശ്യമില്ല!" (La republique n'a pas besoin des savants!) (The republic has no need of scientists) ഒടുവിൽ ലവ്വാസിയേ ഗില്ലറ്റിൻ യന്ത്രത്തിൽ ശിരച്ഛേദത്തിനു വിധേയനാക്കി.

ലവ്വാസിയേയുടെ നിര്യാണവാർത്ത കേട്ടപ്പോൾ പ്രഖ്യാതഗണിത ശാസ്ത്രജ്ഞനായിരുന്ന ലഗ്രാൻഷ് (Lagrange) ഇപ്രകാരം പ്രസ്താവിച്ചു: "ആ ശിരസ്സു വെട്ടിമാറ്റാൻ ഒരു നിമിഷം മാത്രമെ വേണ്ടിവന്നുള്ളൂ; എന്നാൽ അതുപോലെ ഒരു തല ഇനിയും ഉയർന്നുവരാൻ ഒരു നൂറ്റാണ്ടെങ്കിലും കഴിയേണ്ടിവരും!"

7

ജോൺ ഡാൾട്ടൺ
(John Dalton , 1766 - 1844)

ആധുനിക അണുസിദ്ധാന്തത്തിന്റെ (atomic theory of matter) പിതാവാണ് ജോൺ ഡാൾട്ടൻ (John Dalton, 1766 -1844). ഡാൾട്ടന്റെ അണുസിദ്ധാന്തം ഇങ്ങനെ ചുരുക്കിപ്പറയാം:

ജോൺ ഡാൾട്ടൺ

1. പദാർഥത്തിന്റെ (matter) അന്തിമകണമാണ് ആറ്റം (അണു, atom).
2. ആറ്റം അവിഭാജ്യമാണ്.
3. മൂലകങ്ങളുടെ അടിസ്ഥാന ഘടകമാണ് ആറ്റം.
4. ഒരേ മൂലകത്തിന്റെ ആറ്റങ്ങൾ എല്ലാം ഒരേ ഗുണധർമങ്ങളുള്ളവയായിരിക്കും.
5. വ്യത്യസ്ത മൂലകങ്ങളുടെ ആറ്റങ്ങൾ തമ്മിൽ ഗുണധർമങ്ങളിൽ വ്യത്യാസമുണ്ടായിരിക്കും.
6. രാസ അഭിക്രിയകൾ വഴി യൗഗികങ്ങൾ (compounds) ഉണ്ടാകുമ്പോൾ, ആറ്റങ്ങൾ പുനഃസംവിധാനം ചെയ്യപ്പെടുന്നേയുള്ളൂ, അവയ്ക്ക് മാറ്റം വരുന്നില്ല.

ആറ്റങ്ങളെ നിർമിക്കാനോ (സൃഷ്ടിക്കാനോ) നശിപ്പിക്കാനോ (സംഹരിക്കാനോ) സാധ്യമല്ല.

ഗ്രീക്ക് ഭാഷയിലും ലത്തീൻ ഭാഷയിലും പ്രാവീണ്യം നേടിയിരുന്ന ഡാൾട്ടൻ, ഗ്രീക്ക് ഭാഷയിലെ 'ആറ്റോമോസ്' (atomos) എന്ന വാക്കിൽ

നിന്നാണ് 'ആറ്റം' എന്ന പദം നിഷ്പാദിപ്പിച്ചത്. ഗ്രീക്കിൽ ആറ്റോമോസ് എന്നാൽ അവിഭാജ്യം എന്നർഥം.

ഡാൾട്ടന്റെ അണുസിദ്ധാന്തത്തിന്റെ പ്രസക്തി

പത്തൊൻപതാം നൂറ്റാണ്ടിന്റെ ആരംഭകാലത്താണ് (1808) ഡാൾട്ടൺ അണുസിദ്ധാന്തം ആവിഷ്കരിച്ചത്. സയൻസിൽ, പ്രത്യേകിച്ച് ഫിസിക്സിലും കെമിസ്ട്രിയിലും വൻകുതിപ്പിന് ഇതു സഹായകമായി. മൂലകങ്ങളുടെയും യൗഗികങ്ങളുടെയും ഭൗതിക-രാസ ഗുണധർമങ്ങളെ ശാസ്ത്രീയമായി പഠിക്കാൻ ഡാൾട്ടൺ സിദ്ധാന്തം വളരെ നിർണായക സ്വാധീനം ചെലുത്തി.

എന്നാൽ ഡാൾട്ടന്റെ പല നിഗമനങ്ങളും പിൽക്കാലത്ത് തെറ്റാണെന്ന് തെളിഞ്ഞു (ശാസ്ത്രത്തിന്റെ രീതി അതാണ് — ശാസ്ത്രത്തിൽ 'അപ്രമാദിത്വം' ഇല്ല തന്നെ! പുതിയ നിരീക്ഷണങ്ങൾ വരുമ്പോൾ പഴയ സിദ്ധാന്തങ്ങൾ പൊളിച്ചെഴുതപ്പെടുന്നു!). ഡാൾട്ടൺ സിദ്ധാന്തത്തിൽ ഏറ്റവും പാളിച്ച പറ്റിയത് 'ആറ്റം അവിഭാജ്യം' എന്ന സങ്കൽപനത്തിനാണ്. ഇന്നു സ്കൂൾ കുട്ടികൾക്കുപോലും അറിയാം, ആറ്റത്തിന് സങ്കീർണ്ണഘടനയാണുള്ളതെന്ന്. 'നടുവിൽ ഒരു ന്യൂക്ലിയസ്, ചുറ്റും ഇലക്ട്രോണുകൾ' എന്ന ഏകദേശചിത്രം സാമാന്യജനങ്ങൾക്കും ഇന്നറിയാം. മാത്രമല്ല, ആറ്റം വിഘടിക്കുമ്പോൾ വൻതോതിൽ ഊർജം വിമോചിതമാകുന്നുവെന്നും ഈ 'ആണവോർജം' അണുബോംബുണ്ടാക്കാനും വൈദ്യുതി ഉൽപ്പാദിപ്പിക്കാനും ഉപയോഗിക്കാമെന്നും ഇന്നെല്ലാവർക്കും അറിയാവുന്ന കാര്യവുമാണല്ലോ.

ഇങ്ങനെയെല്ലാമാണെങ്കിലും ഡാൾട്ടന്റെ അണുസിദ്ധാന്തത്തിലെ പല പരികൽപ്പനകളും ഇന്നും പ്രസക്തമത്രെ. ശാസ്ത്ര പുരോഗതിയിൽ ഈ സിദ്ധാന്തം വഹിച്ച പങ്കും അവിസ്മരണീയമാണ്.

ജീവിതരേഖ

ഒരു നെയ്ത്തുകാരന്റെ (Weaver) മകനായാണ് ജോൺ ഡാൾട്ടൺ ജനിച്ചത് (1766). മാഞ്ചെസ്റ്ററിനടുത്തുള്ള ഒരു കുഗ്രാമമായ ഈഗിൾസ് ഫീൽഡിൽ (Eagles field) ആയിരുന്നു ജനനം. ഗ്രാമത്തിലെ കുട്ടികളുടെ ഇടയിൽ ജോൺ 'ബുദ്ധിമാൻ' എന്ന് വേഗത്തിൽ അറിയപ്പെട്ടു. പകലന്തിയോളം കൃഷിയിടത്തിലും നെയ്ത്തുശാലയിലും പണി, രാത്രിയിൽ പഠനം ഇതായിരുന്നു ജീവിത ശൈലി. ഇരുപതിലധികം വർഷം ഇങ്ങനെ പോയി; കുഗ്രാമത്തിലെ പണ്ഡിതനായി ആ ജീവിതം തീർന്നുപോയേനെ! പക്ഷേ, ഭാഗ്യവശാൽ തന്റെ 25-ാം വയസ്സിൽ വൻനഗരമായ മാഞ്ചെസ്റ്ററിൽ (Manchester) ഒരു അധ്യാപകനായി ഡാൾട്ടന് ജോലി കിട്ടി. അവിടെവച്ച് വാതകങ്ങളുടെ സ്വഭാവത്തെപ്പറ്റി ഗവേഷണം നടത്തി. അങ്ങനെയാണ് "ഡാൾട്ടന്റെ ഭാഗികസമ്മർദ്ദനിയമം" (Dalton's Law of Partial Pressur)കണ്ടുപിടിക്കപ്പെട്ടത്; പിന്നീട് അണുസിദ്ധാന്തം (atomic theory) ആവിഷ്കരിച്ചതും മാഞ്ചെസ്റ്ററിലെ അധ്യാപന ജീവിതത്തിനിട യിലായിരുന്നു.

അക്കാലത്ത് മാഞ്ചെസ്റ്ററിൽ ഒരു സാഹിത്യ-സാംസ്കാരിക-തത്വ ശാസ്ത്ര സമിതി സജീവമായി പ്രവർത്തിച്ചിരുന്നു. ഡാൾട്ടൺ അതിൽ ഒരു പ്രധാന അംഗമായിരുന്നു. ക്രമേണ ധാരാളം ബഹുമതികൾ അദ്ദേഹത്തെ തേടിയെത്തി. 1826-ൽ റോയൽ സൊസൈറ്റി അദ്ദേഹത്തിന് സ്വർണമെഡൽ നൽകി ആദരിച്ചു. ഇംഗ്ലണ്ടിലെ രാജാവ് നേരിട്ട് ജോൺ ഡാൾട്ടനെ ക്ഷണിച്ച് ബഹുമാനിച്ചു. ജീവിതകാലത്തു തന്നെ തന്റെ നേട്ട ങ്ങൾ സാർവത്രികമായി അംഗീകരിക്കപ്പെടുവാനും പ്രകീർത്തിക്കപ്പെ ടാനും ഭാഗ്യമുണ്ടായ ശാസ്ത്രജ്ഞർ, ശാസ്ത്രചരിത്രമാകെ നോക്കി യാലും, അധികം പേരില്ല; എന്നാൽ ഡാൾട്ടൺ അക്കാര്യത്തിൽ ഭാഗ്യ ശാലിയായിരുന്നു. 1844-ൽ ഡാൾട്ടൺ നിര്യാതനായപ്പോൾ നാൽപ്പതി നായിരത്തോളം പേർ അന്ത്യാഞ്ജലി അർപ്പിക്കാനെത്തിയത്രെ. ബഹു മതികളോടുകൂടിയാണ് ഇംഗ്ലണ്ട് അദ്ദേഹത്തിന് അന്ത്യോപചാരങ്ങളർപ്പി ച്ചതും പ്രഖ്യാതർക്കു നൽകാറുള്ള അന്ത്യവിശ്രമസ്ഥലിയിൽ മൃതശരീരം അടക്കം ചെയ്തതും.

വർണാന്ധത

ജോൺ ഡാൾട്ടൺ "വർണാന്ധൻ" (colour blind) ആയിരുന്നു. (വർണാന്ധതയ്ക്കു ഡാൾട്ടനിസം (Daltonism) എന്ന പേരുമുണ്ട്!) ഇതേ പ്പറ്റി രസകരമായ ഒരു കഥയുണ്ട്.

ഇംഗ്ലണ്ടിലെ രാജാവ് ഡാൾട്ടന് രാജകീയ ബഹുമതി നൽകാൻ കൊട്ടാരത്തിലേക്കു ക്ഷണിച്ചു. ഇങ്ങനെ ക്ഷണിക്കപ്പെട്ടാൽ പ്രത്യേകവേഷ വിധാനങ്ങളുമായാണ് അതിഥി രാജസമക്ഷം എത്തേണ്ടത്. വെൽവെറ്റ് ഷൂസുകൾ, തിളങ്ങുന്ന കോട്ടും സ്യൂട്ടും, 'പളപളാ മിന്നുന്ന' വാൾ ഇവ യെല്ലാം അതിഥി ധരിക്കണമെന്നാണ് അന്നത്തെ ആചാരം. പക്ഷെ മതപ രമായി ലാളിത്യം നിർബന്ധമായ "ക്വേക്കർ" (quaker) വിഭാഗത്തിൽപ്പെട്ട ഡാൾട്ടൺ ഇത്തരം വർണശബളമായ വസ്ത്രങ്ങൾ ധരിക്കാൻ വിസമ്മ തിച്ചു. എന്തു ചെയ്യും?

ഒരു വിരുതൻ ഒരു മാർഗം നിർദേശിച്ചു: "ജോൺ, താങ്കൾ ആചാര പ്രകാരമുള്ള വേഷവിധാനങ്ങൾ തന്നെ അണിയൂ. എന്നിട്ട് വലിയ ഒരു ഷാൾ (shawl) കൊണ്ടു പുതച്ചിട്ടു പോയാൽ മതി." ഡാൾട്ടൺ സമ്മതം മൂളി.

പക്ഷേ, കൊണ്ടുവന്ന ഷാൾ വെട്ടിത്തിളങ്ങുന്ന ചുവപ്പുനിറമുള്ള സിൽക്ക് ഷാളായിരുന്നു. വർണാന്ധതമൂലം അതിനു ചുവപ്പു നിറമാ ണെന്ന് ഡാൾട്ടൺ അറിഞ്ഞില്ലത്രെ! ഡാൾട്ടന്റെ വേഷം കണ്ട്, രാജസദ സ്സിലുണ്ടായിരുന്ന ചില ക്വേക്കർ മതാനുയായികൾ ഞെട്ടിപ്പോയി! പിന്നീ ടാണവർ, കാര്യമറിയാതെയാണ് തങ്ങളുടെ സ്വന്തം ആളായ, ദൃഢ ക്വേക്കർ വിശ്വാസിയായ ഡാൾട്ടൺ, ഈ വേഷപ്പകിട്ടാർന്ന വസ്ത്രങ്ങൾ ധരിച്ചത് എന്ന കാര്യമറിഞ്ഞതത്രെ!

8

മൈക്കിൾ ഫാരഡേ
(Michael Faraday, 1791 - 1867)

ഇന്ന് മനുഷ്യന്റെ നിത്യജീവിതത്തിന്റെ ഭാഗമാണല്ലോ വൈദ്യുതി. വൈദ്യുതിയില്ലാത്ത ഒരു ലോകത്തെപ്പറ്റി നമുക്കിന്നു ചിന്തിക്കാൻ തന്നെ സാധ്യമല്ല. ഇത്രയും സാർവത്രികമായ പ്രചാരവും പ്രയോഗവും ഇലക്ട്രിസിറ്റിക്കു കൈവരാൻ സഹായകമായ ഗവേഷണങ്ങൾ നടത്തിയ ശാസ്ത്രജ്ഞരിൽ 'കനിഷ്ഠികാധിഷ്ഠിതൻ' (ഒന്നാമനായി ചെറുവിരൽകൊണ്ട് എണ്ണിത്തുടങ്ങേണ്ട ആൾ) മൈക്കിൾ ഫാരഡേ (Michael Faraday 1791-1867) തന്നെയാണ്. (മഹാകവി കാളിദാസനെപ്പറ്റിയുള്ള പ്രശംസാ ശ്ലോകത്തിൽ കാളിദാസൻ കവികളെപ്പറ്റി ഗണിച്ചപ്പോൾ കനിഷ്ഠികാധിഷ്ഠിതൻ എന്നു മാത്രമല്ല, രണ്ടാമതൊരാളെ അടുത്തുനിർത്തി രണ്ടാമനായി എണ്ണാൻ ആരുമില്ലാത്തതിനാൽ ചെറുവിരൽ കഴിഞ്ഞ് അടുത്തുള്ള വിരലിന് 'അനാമിക' എന്ന പേരും വന്നു എന്നു പറയുന്നു. ഫാരഡേയെപ്പറ്റിയും ഇതു പറയാവുന്നതത്രെ!)

മൈക്കിൾ ഫാരഡേ

'ഡയനാമോ' (Dynamo)യുടെ കണ്ടുപിടിത്തം

'ഡയനാമോ' (Dynamo)യുടെ പ്രവർത്തനതത്വം ഇന്നു സ്കൂൾക്കുട്ടികൾക്കുപോലും അറിയാം. എന്നാൽ ഈ യന്ത്രം കണ്ടുപിടിക്കുന്നതു വരെ വൈദ്യുതി എന്നാൽ കേവലം ലാബറട്ടറികളിൽ മാത്രം ഒതുങ്ങി നിന്ന ഒരു ശാസ്ത്രീയ പ്രതിഭാസം മാത്രമായിരുന്നു എന്ന കാര്യം പലർക്കും അറിയുകയില്ല. വൻതോതിൽ വ്യാവസായികമായി വൈദ്യുതി ഉൽപ്പാദിപ്പിക്കാൻ സാധിച്ചതിന്റെ തുടക്കം ഈ വലിയ കണ്ടുപിടിത്തമായിരുന്നു.

തന്റെ ഈ കണ്ടുപിടിത്തത്തെപ്പറ്റി ഫാരഡേ ഒരു ദിവസം ലണ്ടനിലെ പ്രഖ്യാതശാസ്ത്രസമിതിയായ റോയൽ സൊസൈറ്റി മുമ്പാകെ ഒരു പ്രഭാഷണം നടത്തി. സദസിൽ ഒരു മുഖ്യാതിഥിയായി അന്നത്തെ ബ്രിട്ടീഷ് പ്രധാനമന്ത്രിയായിരുന്ന ഗ്ലാഡ്സ്റ്റണും ഉണ്ടായിരുന്നു. പ്രഭാഷണം കഴിഞ്ഞപ്പോൾ പ്രധാനമന്ത്രി ഫാരഡേയോട് ഇങ്ങനെ ചോദിച്ചു:

"Mr Faraday, what is the earthly use, if any, of your contraption -- what do you call it? oh, the dynamo?"

"മി. ഫാരഡേ, താങ്കളുടെ സൂത്രത്തിന് — എന്താണതിന്റെ പേര്? ഡയനാമോ എന്നോ?— ഏതെങ്കിലും സാധാരണമനുഷ്യന് ഉപയോഗമുണ്ടോ?"

ഫാരഡേയുടെ മറുപടി ശാസ്ത്രചരിത്രത്തിൽ പ്രശസ്തമാണ്. അദ്ദേഹം പറഞ്ഞു:

"Mr. Prime Minister, one day, some day, you or your successors in office will be able to impose taxes on people based on my discovery."

"ബഹുമാന്യനായ പ്രധാനമന്ത്രീ, ഒരു ദിവസം, എന്നെങ്കിലും ഒരു ദിവസം, പൊതുജനങ്ങളിൽ നിന്ന് നികുതിപിരിക്കാൻ താങ്കൾക്കോ താങ്കളുടെ പിൻഗാമികൾക്കോ എന്റെ കണ്ടുപിടിത്തം ഉപകരിക്കും!"

വൈദ്യുതി കരം ഇന്നു നാമെല്ലാം അടയ്ക്കുന്നില്ലേ? ഫാരഡേയുടെ 'ദീർഘദർശനം' ശരിയായല്ലോ!

ജീവിത രേഖ

ദരിദ്രനായ ഒരു കൊല്ലന്റെ (blacksmith) മകനായാണ് ഫാരഡേ ജനിച്ചത് (1791). ലണ്ടൻ നഗരത്തിന്റെ പ്രാന്തപ്രദേശമായ ഒരു ചേരിയിലായിരുന്നു ജനനം. ദാരിദ്ര്യം മൂലം പ്രാഥമിക വിദ്യാഭ്യാസം മാത്രം കഷ്ടിച്ചു സാധിച്ചു; 12-ാം വയസ്സിൽ വിദ്യാഭ്യാസം മുടങ്ങി. പിന്നെ ജീവിക്കാൻ ചെറിയ ചെറിയ ജോലികൾ ചെയ്തു വന്നു. 13-ാം വയസ്സിൽ ഒരു ബുക്ക്ഷോപ്പിൽ പുസ്തകങ്ങൾ ബൈൻഡു ചെയ്യുന്ന ജോലി കിട്ടിയത് ബാലനായ മൈക്കിൾ ഒരു ഭാഗ്യമായി കരുതി. ബൈൻഡ് ചെയ്യാനെത്തുന്ന പുസ്തകങ്ങൾ വായിക്കാൻ ദയാലുവായിരുന്ന ഷോപ്പുടമ അവനെ അനുവദിച്ചു. അങ്ങനെ മാർസേ(Marcet)യുടെ *രസതന്ത്രസംഭാഷണങ്ങൾ*

(*Conversations in chemistry*) എന്ന ഗ്രന്ഥം വായിക്കാൻ അവസരം കിട്ടി. തന്നിൽ സുപ്തമായിക്കിടന്ന വിജ്ഞാനതൃഷ്ണയ്ക്കും, ശാസ്ത്രാഭിരുചിക്കും ഇത്തരം വായന ഉപകരിച്ചു.

ആയിടയ്ക്ക് പ്രശസ്ത ശാസ്ത്രജ്ഞനായിരുന്ന സർ ഹംഫ്രി ഡേവി (Sir Humphrey Davy, 1778 - 1829) യുടെ പ്രഭാഷണങ്ങൾ കേൾക്കാൻ ഫാരഡേയ്ക്ക് ഭാഗ്യമുണ്ടായി. പ്രഭാഷണപരമ്പര തീർന്നപ്പോൾ, ആ പ്രഭാഷണങ്ങളുടെ എല്ലാം ചുരുക്കം കുറിച്ചെടുത്ത് ഭംഗിയായി പകർത്തിയെഴുതി അതെല്ലാം ഡേവിക്ക്, കേവലം ഒരു യുവാവായിരുന്ന ഫാരഡേ അയച്ചു കൊടുത്തു. ഇതു ഡേവിയെ സന്തോഷിപ്പിച്ചു; നോട്ടുകൾ തയ്യാറാക്കിയതിലെ ശ്രദ്ധയും തെറ്റില്ലായ്മയും ഡേവിയെ ആകർഷിച്ചു. ഈ നോട്ടുകളുടെ കൂടെ തനിക്ക് "എന്തെങ്കിലും ചെറിയ ജോലി" ഡേവിയുടെ ലാബറട്ടറിയിൽ തരാനും ഫാരഡേ അപേക്ഷിച്ചിരുന്നു. താമസിയാതെ 'ലാബറട്ടറി ബോയ്' (Labouratory boy) ആയി ഡേവി ഫാരഡേയെ നിയമിച്ചു.

1813–ൽ യൂറോപ്പിൽ ഒരു പ്രഭാഷണ പരമ്പരയ്ക്കു ക്ഷണിക്കപ്പെട്ടപ്പോൾ തന്റെ കൂടെ ഒരു സഹായി ആയി വരാൻ സർ ഹംഫ്രി ഡേവി മൈക്കിൾ ഫാരഡേയെ ക്ഷണിച്ചു. യൂറോപ്പിലെ പല ശാസ്ത്ര നായകരേയും കാണാനും ശാസ്ത്രസദസ്സുകളിൽ പങ്കെടുക്കാനും അങ്ങനെ ഫാരഡേക്ക് അവസരം കിട്ടി. ഡേവിയും ഫാരഡേയും തമ്മിലുണ്ടായിരുന്ന ഈ ആത്മബന്ധം — ഒരുതരം ഗുരുകുല രീതിയിലുള്ള ഗുരുശിഷ്യബന്ധം — ഇടയ്ക്കു ചില അപസ്വരങ്ങൾ വന്നുപോയെങ്കിൽത്തന്നെയും ആജീവനാന്തം നിലനിന്നു. തന്റെ 'ഏറ്റവും വലിയ കണ്ടുപിടിത്തം' ഏതായിരുന്നുവെന്നു ചോദിച്ചപ്പോൾ ഡേവി പറഞ്ഞ മറുപടി പ്രഖ്യാതമാണ്: "മൈക്കിൾ ഫാരഡേയെ കണ്ടെത്തിയത്!"

ഫാരഡേയുടെ ശാസ്ത്രസംഭാവനകൾ

വിവിധ രംഗങ്ങളിൽ എണ്ണമറ്റ സംഭാവനകളാണ് പ്രാഥമിക വിദ്യാഭ്യാസം മാത്രം സ്കൂൾ വഴി നേടിയ മൈക്കിൾ ഫാരഡേ ശാസ്ത്രത്തിനു നൽകിയത്. അവയിൽ പ്രധാനപ്പെട്ട ചിലതുമാത്രം നമുക്കു നോക്കാം.

1. ഡയനാമോ കണ്ടുപിടിച്ചത് വ്യാവസായികമായി വൻതോതിൽ ഇലക്ട്രിസിറ്റി ഉൽപ്പാദിപ്പിക്കാൻ ഇതു സഹായകമായി.
2. ഇലക്ട്രിക് മോട്ടോർ കണ്ടുപിടിച്ചത്.
3. വൈദ്യുതവിശ്ലേഷണത്തിന്റെ (ഇലക്ട്രോളിസിസ് – electrolysis) രണ്ടു പ്രസിദ്ധ നിയമങ്ങൾ ഫാരഡേയാണ് കണ്ടുപിടിച്ചത്. ഫാരഡേയുടെ ഒന്നാം നിയമം, ഫാരഡേയുടെ രണ്ടാം നിയമം എന്നിങ്ങനെ ഈ നിയമങ്ങൾ അറിയപ്പെടുന്നു.
4. ബെൻസീൻ (benzene) ആദ്യമായി വേർതിരിച്ചെടുത്തത്.
5 തുരുമ്പു പിടിക്കാത്ത ഒരു തരം ഉരുക്ക് (ഇന്നത്തെ സ്റ്റെയിൻലെസ് സ്റ്റീലിന്റെ മുൻഗാമി) നിർമിച്ചത്.

6. പല വാതകങ്ങളും ദ്രാവകരൂപത്തിലാക്കി ഘനീഭവിപ്പിച്ചത്.
7. വിദ്യുത്കാന്തിക ക്ഷേത്രസങ്കൽപ്പം (electromagnetic field) ആവിഷ്കരിച്ചത് (കിടയറ്റ സൈദ്ധാന്തിക ശാസ്ത്രജ്ഞനായിരുന്ന മാക്സ് വെല്ലിന് (J C Maxwell, 1831 - 1879) തന്റെ പുകൾപെറ്റ വിദ്യുത്കാന്തിക സമീകരണങ്ങൾ നിഷ്പാദിപ്പിക്കാൻ ഫാരഡേയുടെ ആശയങ്ങളും സഹായകമായി).
8. ഇലക്ട്രോമാഗ്നെറ്റിക് ഇൻഡക്ഷനെപ്പറ്റിയുള്ള പഠനങ്ങൾ.

വിനയാന്വിതനായ ഫാരഡേ

ഈ മഹാശാസ്ത്രജ്ഞൻ എന്നും വിനയത്തിന്റെ നിറകുടമായിരുന്നു, റോയൽ സൊസൈറ്റിയുടെ അധ്യക്ഷനാകാൻ അക്കാലത്ത് ശാസ്ത്രജ്ഞർ വാശിയോടെ മത്സരിച്ചിരുന്നു; അത്ര ഏറെ അഭികാമ്യമായ പദവിയായിരുന്നു അത്. പക്ഷേ ആ അധ്യക്ഷപദം ഫാരഡേയെ തേടി വന്നപ്പോൾ അദ്ദേഹം അത് നന്ദിപൂർവം നിരസിച്ചു! പ്രഭുസ്ഥാനത്തിന്റെ (Knighthood) ക്ഷണം വന്നപ്പോൾ ഫാരഡേ ആദരപൂർവം വേണ്ടെന്നു പറയുകയാണുണ്ടായത്.(അതിനാൽ സർ മൈക്കിൾ ഫാരഡേ എന്ന പേർ ഒരിടത്തും നാം കാണുകയില്ല. അനേകം പേർ ആഗ്രഹിച്ചിരുന്ന ബഹുമതി —'സർ' സ്ഥാനം — ഉപേക്ഷിക്കാൻ ഫാരഡേക്കു രണ്ടാമതൊന്ന് ആലോചിക്കേണ്ടിവന്നില്ലത്രേ!).

9

ചാൾസ് ഡാർവിൻ
(Charles Darwin , 1809 - 1882)

ആധുനിക ശാസ്ത്രചരിത്രമാകെ നോക്കിയാലും ഏറ്റവും അധികം വിവാദപുരുഷൻ ആയ ശാസ്ത്രജ്ഞൻ എന്ന പദവി ചാൾസ് ഡാർവിനു തന്നെയാണ് നൽകപ്പെടുക. ഡാർവിന്റെ 'പരിണാമസിദ്ധാന്തം' (Theory of Evolution) ശാസ്ത്രരംഗത്തു മാത്രമല്ല, ജനസമൂഹത്തിൽത്തന്നെയും വമ്പിച്ച കോളിളക്കമാണുണ്ടാക്കിയത്. മതമേലധികാരികൾ ഡാർവിന് എതിരെ ക്രോധാവേശം മൂലം ഉറഞ്ഞുതുള്ളി.

ചാൾസ് ഡാർവിൻ

എന്താണ് പരിണാമസിദ്ധാന്തം

പരിണാമസിദ്ധാന്തത്തിന്റെ മൗലികാശയങ്ങൾ ഡാർവിന്റെ മനസ്സിൽ രൂപപ്പെട്ടുതുടങ്ങിയത് 'ബീഗിൾ' (Beagle) എന്ന കപ്പലിൽ അദ്ദേഹം നടത്തിയ ദീർഘകാല പര്യടനവേളയിലാണെന്നു പറയാം. 1836-ലാണ് ബീഗിൾ യാത്ര കഴിഞ്ഞ് ഡാർവിൻ ഇംഗ്ലണ്ടിൽ മടങ്ങിയെത്തിയത്. ദീർഘമായ ആ യാത്രയിൽ അദ്ദേഹം നടത്തിയ നിരീക്ഷണങ്ങളെപ്പറ്റി അവഗാഢമായ ചില നിഗമനങ്ങളിലെത്തിയത് 1838-ലാണ്. പിന്നെയും 21 വർഷം ഈ ആശയങ്ങൾ മനസ്സിലിട്ടുകൊണ്ട് നടന്ന്, വീണ്ടും പരിശോധിച്ച് മനനം ചെയ്തശേഷം, 1859 മാർച്ച് മാസത്തിലാണ് *പ്രകൃതിനിർധാരണം വഴി ജൈവജാതിക*

ളുടെ ഉൽപ്പത്തി (*Origin of Species by Natural Selection*) എന്ന ഗ്രന്ഥത്തിന്റെ കൈയെഴുത്തുപ്രതി തയ്യാറാക്കിയത്. ഈ മഹദ്ഗ്രന്ഥം പ്രസിദ്ധീകരിച്ചത് 1859 നവംബർ 29–ാം തീയതിയുമായിരുന്നു.

എന്താണ് ഈ 'പ്രമാദ'മായ പരിണാമസിദ്ധാന്തമെന്നോ? ചുരുക്കി പ്പറയട്ടെ:

1. പ്രകൃതിനിർദ്ധാരണം (natural selection) മുഖേന പുതിയ ജൈവ ജാതികൾ പഴയവയിൽ നിന്നു പരിണമിച്ച് ഉണ്ടാകുന്നു. അതിജീ വനത്തിന് (Survival) സഹായകമായ ഗുണധർമങ്ങളെ പ്രകൃതി നിർദ്ധാരണം സഹായിക്കുന്നു. എന്നാൽ അതിജീവനത്തിന് ബാധ്യതയാകുന്ന ഗുണധർമങ്ങളെ ക്രമേണ നിരുത്സാഹപ്പെടു ത്തുന്നു.
2. അർഹതയുള്ളത് അതിജീവിക്കും. ഇതാണ് പ്രസിദ്ധമായ 'Survival of the fittest' (ഏറ്റവും അർഹതയുള്ളവയുടെ അതിജീവനം) എന്ന തത്വം.
3. ജീവികളുടെ പരമ്പരയിൽ കാലക്രമേണ വരുന്ന മാറ്റങ്ങളുടെ ആകെത്തുകയാണ് പരിണാമം; ഈ പ്രക്രിയയിലൂടെ പുതിയ ജൈവജാതികൾ ഉത്ഭവിക്കുന്നു.
4. ജീവിവർഗങ്ങൾക്ക് ഒരു പൊതുവായ പൂർവികൻ (ancestor) ഉണ്ടാ യിരുന്നു; അതിൽനിന്നു പരിണമിച്ചാണ് വിവിധ ജൈവജാതിക ളുണ്ടായത്.
5. 'പരിണാമവൃക്ഷ'ത്തിന്റെ (evolutionary tree) അസംഖ്യം ശാഖ കളിലൊന്നു മാത്രമാണ് മനുഷ്യൻ; അവന് പ്രത്യേക പദവിയോ പരിഗണനയോ ഇല്ല.
6. ഫോസിലുകൾ (Fossils) പരിണാമസിദ്ധാന്തത്തിനു തെളിവുകൾ നൽകുന്നു.
7. ഇന്ന് പരിണാമത്തെ ഒരു 'സിദ്ധാന്തം' (theory) എന്നതിലുപരി യായി ഒരു 'വസ്തുത' (fact) ആയി പരിഗണിക്കുന്നവരാണ് ഭൂരി പക്ഷം ജൈവശാസ്ത്രജ്ഞരും.

"അമ്മ വഴിയോ അച്ഛൻ വഴിയോ ഏതു വഴിയാണ് താങ്കളുടെ പൂർവികർ കുരങ്ങന്മാരായിരുന്നത്?"

'ഡാർവിനിസ'ത്തിനെതിരെ മൂർച്ചയേറിയ പരിഹാസശരങ്ങൾ മത മേലധ്യക്ഷന്മാർ ആദ്യം മുതൽക്കേ എയ്തു തുടങ്ങിയിരുന്നു. മനുഷ്യൻ കുരങ്ങനിൽ നിന്നും പരിണമിച്ചുണ്ടായ ജീവിയാണെന്ന് ഡാർവിൻ ഒരി ക്കലും ഒരിടത്തും പറഞ്ഞിട്ടില്ലെന്നതാണ് വാസ്തവം.

ഡാർവിൻ ശാന്തപ്രകൃതിയായ ഒരു മനുഷ്യനായിരുന്നു. എന്നാൽ അദ്ദേഹത്തിന്റെ ശിഷ്യസ്ഥാനീയനായിരുന്ന ടി എച്ച് ഹക്സ്‌ലി (T H Huxley) പരിണാമസിദ്ധാന്തത്തിന്റെ വീറും വാശിയുമുള്ള ഒരു പ്രചാരക

നായി മാറി. ഡാർവിന്റെ സിദ്ധാന്തങ്ങൾ പ്രചുരപ്രചാരം നേടിയതിൽ ഹക്സ്‌ലിയുടെ പങ്ക് വളരെ വലുതായിരുന്നു. അക്കാരണത്താൽത്തന്നെ ഏറ്റവുമധികം പരിഹാസവും ശകാരവും ഏൽക്കേണ്ടിവന്നതും ഹക്സ്‌ലിക്കായിരുന്നു. ഒരിക്കൽ ബിഷപ്പ് വിൽബെർഫോഴ്സ് (Bishop Wilberforce) ഹക്സ്‌ലിയോടു ചോദിച്ചുവത്രെ:

"നിങ്ങളുടെ അച്ഛന്റെ താവഴിയിലായിരുന്നുവോ അമ്മയുടെ താവഴിയിലായിരുന്നുവോ കുരങ്ങന്മാരുണ്ടായിരുന്നത്?"

ഈ കഥ മാറിമറിഞ്ഞ് ഡാർവിനോടുള്ള പരിഹാസചോദ്യമെന്ന നിലയിലും പ്രചാരം നേടിയിട്ടുണ്ട്.

മതവിശ്വാസികളുടെ ദ്വേഷവും ശകാരവും

എല്ലാ ജീവികളേയും (-മനുഷ്യനുൾപ്പെടെ) അവയുടെ ഇന്നു കാണുന്ന രൂപത്തിൽത്തന്നെ ഈശ്വരൻ സൃഷ്ടിച്ചു എന്ന മതവിശ്വാസത്തിന് ഡാർവിനിസം എതിരായിരുന്നുവെന്നത് മതവിശ്വാസികളെ അമ്പരപ്പിച്ചു. മനുഷ്യനെ, തന്റെ സ്വന്തം രൂപത്തിൽത്തന്നെ ദൈവം സൃഷ്ടിച്ചു എന്നായിരുന്നുവല്ലൊ മതഗ്രന്ഥങ്ങൾ ഉദ്ഘോഷിച്ചിരുന്നത്. അതിനു ഘടകവിരുദ്ധമാണ് ഡാർവിനിസം; അതിനാൽ ഡാർവിന്റെ പരിണാമസിദ്ധാന്തം ഒരുതരം ദൈവനിഷേധമാണെന്ന ധാരണവന്നു. "മാലാഖയായി കാണേണ്ട മനുഷ്യനെ പിശാചായാണോ മി: ഡാർവിൻ കാണുന്നത്?" എന്നുവരെ ഒരു ബ്രിട്ടീഷ് പ്രധാനമന്ത്രിയായിരുന്ന ബെഞ്ചമിൻ ഡിസ്രേലി (benjamin Disraeli) ചോദിച്ചുവത്രെ. 'നിരീശ്വരരുടെ ബൈബിൾ' ആണ് ഡാർവിന്റെ മഹദ്ഗ്രന്ഥമായ *ജൈവജാതികളുടെ ഉൽഭവം* എന്നും ശകാരമുണ്ടായി.

അർഹതയും അതിജീവനവും

'ഏറ്റവും അർഹതയുള്ളതിന്റെ അതിജീവനം' (Survival of the fittest) എന്ന ഡാർവിനിയൻ തത്വവും വളരെ ഏറെ തെറ്റിദ്ധരിക്കപ്പെട്ടു. "നാസി"കളുടെ വംശ ശ്രേഷ്ഠതയെപ്പറ്റി പറയാൻ ഹിറ്റ്ലർപോലും ഈ തത്വം ഉദ്ധരിച്ചുവത്രെ!

യഥാർഥത്തിൽ 'fittest' എന്ന വാക്കിന്റെ വ്യാഖ്യാനമാണ് പാളിപ്പോയത്! 'fittest' എന്നാൽ ഏറ്റവും ശക്തം (strongest), ഏറ്റവും ശ്രേഷ്ഠം (greatest) എന്നൊന്നുമായിരുന്നില്ല ഡാർവിൻ വിവക്ഷിച്ചത്. പിന്നെയോ, പരിതഃസ്ഥിതിയോട് ഏറ്റവും ഇണങ്ങിപ്പോകുന്നത് എന്നുമാത്രമായിരുന്നു വിവക്ഷ.

ജീവിതരേഖ

ഒരു അഭിജാതകുടുംബത്തിലായിരുന്നു ചാൾസ് ഡാർവിൻ ജനിച്ചത്. പിതാമഹൻ ഇറാസ്മസ് (Irasmus) ഡാർവിൻ ഒരു പ്രസിദ്ധ ഭിഷഗ്വരനും മാതാമഹൻ ജോസിയാ വെഡ്ജ് വുഡ് (Josiah Wedgewood) ധനി

കനായ വ്യവസായിയുമായിരുന്നു. പിതാവായ റോബർട്ട് ഡാർവിനും (Robert Darwin) ഒരു നല്ല ഡോക്ടറായിരുന്നു (ആറേകാലടി പൊക്കവും 300–ലധികം പൗണ്ട് ശരീരഭാരവുമുണ്ടായിരുന്ന ഒരു ഭീമാകാരനായിരുന്നുവത്രെ റോബർട്ട്!). കുടുംബപാരമ്പര്യമനുസരിച്ച് വൈദ്യശാസ്ത്രത്തിൽ പഠനം നടത്താൻ ചാൾസും നിയോഗിക്കപ്പെട്ടു.

പക്ഷേ, ചാൾസിനു ഡോക്ടറാകാൻ താൽപ്പര്യമില്ലായിരുന്നു. വൈദ്യശാസ്ത്രം പഠിക്കുന്നതിനുപകരം കായികവിനോദങ്ങൾ, പക്ഷിനിരീക്ഷണം, സമുദ്രജീവികളെപ്പറ്റിയുള്ള പഠനം മുതലായവയിലായിരുന്നു ഡാർവിന് താൽപ്പര്യം. ഈ പോക്കു ശരിയല്ലെന്നുകണ്ട് പിതാവ് അയാളെ പുരോഹിതനാക്കാൻ നിശ്ചയിച്ചു. പക്ഷേ പൗരോഹിത്യ പഠനസമയത്തു കുതിരസവാരി, അമ്പെയ്ത്തു മത്സരം മുതലായവയ്ക്കാണ് ചാൾസ് കൂടുതൽ സമയം ചെലവാക്കിയത്.

അങ്ങനെയിരിക്കെയാണ് കുടുംബബന്ധുവും സുഹൃത്തുമായ കപ്പിത്താൻ ഫിറ്റ്സ്റോയുടെ (Captain Fitzroy) നേതൃത്വത്തിൽ 'ബീഗിൾസ്' (Beagles) എന്ന കപ്പലിൽ ഒരു 'പ്രകൃതിശാസ്ത്രജ്ഞൻ' (Naturalist) ആയി പങ്കെടുക്കാൻ ചാൾസിനെ പിതാവും മറ്റു കുടുംബാംഗങ്ങളും അനുവദിച്ചത്. അഞ്ചുവർഷത്തോളം അങ്ങനെ ചാൾസ് ഡാർവിൻ കപ്പലിൽ ലോകസഞ്ചാരം നടത്തി. ഈ ദീർഘയാത്രയിലെ നിരീക്ഷണപഠനങ്ങളാണ് പരിണാമസിദ്ധാന്താവിഷ്കരണത്തിലേക്കു നയിച്ചത്.

യാത്ര കഴിഞ്ഞ് 1838–ൽ ഇംഗ്ലണ്ടിൽ തിരിച്ചെത്തിയ ചാൾസ് അടുത്ത വർഷം തന്നെ ബന്ധുകൂടി ആയ എമ്മ വെഡ്ജ്‌വുഡിനെ (Emma Wedgewood) വിവാഹം കഴിച്ചു. അവർക്ക് പത്തുകുട്ടികൾ ജനിച്ചു. മൂന്നുപേർ ചെറുപ്പത്തിലേ മരിച്ചു പോയെങ്കിലും മറ്റ് ഏഴുപേരും വളർന്ന് താരതമ്യേന പ്രശസ്തമായ രീതിയിൽ ജീവിതവിജയം നേടി.

ബീഗിൾസ് യാത്ര

ബീഗിൾസ് എന്ന കപ്പലിൽ നടത്തിയ സമുദ്രയാത്ര ഡാർവിന്റെ ജീവിതത്തിലെ നിർണായക കാലഘട്ടമായിരുന്നു. 1831 ഡിസംബർ 27 –നാണ് ബീഗിൾസിന്റെ യാത്ര തുടങ്ങിയത്. ഏകദേശം അഞ്ചുവർഷം നീണ്ടുനിന്നു ഈ യാത്ര (1831–36). യാത്രയിൽ പകുതിയിലധികം കാലം വിവിധ ദ്വീപുകളിലും ഭൂപ്രദേശങ്ങളിലും കഴിച്ചുകൂട്ടി അവിടങ്ങളിലെ സസ്യ–ജന്തു ജാതികളെ സൂക്ഷ്മമായി പഠനം നടത്തി. ഇംഗ്ലണ്ടിൽ നിന്നു പുറപ്പെട്ട് വടക്കു പടിഞ്ഞാറൻ ആഫ്രിക്കൻ തീരത്തെത്തി. പിന്നീട് അറ്റ്ലാന്റിക് സമുദ്രം കടന്നു തെക്കേ അമേരിക്കയിൽ ബ്രസീലിലെത്തി. അവിടെനിന്ന് തെക്കോട്ടു നീങ്ങി അർജന്റീന സന്ദർശിച്ച്, കേപ്ഹോൺ (Cape Horn) ചുറ്റി പസഫിക് സമുദ്രം തരണം ചെയ്ത് ആസ്ത്രേലിയ, ഇൻഡോനേഷ്യ ഇവിടെയെല്ലാം എത്തി. പിന്നീട് ആഫ്രിക്കയിലെ തെക്കേ അറ്റത്തെ ഗുഡ് ഹോപ്പ് മുനമ്പ് (Cape of Good Hope) ചുറ്റി ദക്ഷിണ അറ്റ്ലാന്റിക്, ഉത്തര അറ്റ്ലാന്റിക് സമുദ്രങ്ങൾ കടന്ന് തിരിച്ച് ഇംഗ്ലണ്ടിലെത്തി(1836 ഒക്ടോബർ 2–ന്).

ഈ ദീർഘയാത്രയിൽ ഗാലപ്പാഗോസ് ദ്വീപിലെ പക്ഷികൾ, ബ്രസീലിലെ ജന്തുവർഗങ്ങൾ, ആൻഡീസ് പർവത നിരകളിലെ ഫോസിലുകൾ, പസഫിക് സമുദ്രദ്വീപുകളിലെ ജൈവജാതികൾ ഇവയെയെല്ലാം നിരീക്ഷിച്ചു പഠിക്കാൻ ഡാർവിനു സാധിച്ചു. ഈ പഠനങ്ങളാണ് പരിണാമസിദ്ധാന്ത രൂപീകരണത്തിനു സഹായിച്ചത്. അതിനാൽ ജൈവശാസ്ത്ര ചരിത്രത്തിൽ ഈ കപ്പൽ യാത്രയ്ക്കുള്ള സ്ഥാനം അദ്വിതീയമത്രെ!

ഡാർവിനും വാലസ്സും

ഡാർവിന്റെ ശാസ്ത്രജീവിതത്തിലേക്ക് കടന്നുവന്ന് പെട്ടെന്നിറങ്ങിപ്പോയ ഒരു അപൂർവവ്യക്തിത്വത്തിന് ഉടമയാണ് ആൽഫ്രഡ് റസ്സൽ വാലസ് (Alfred Russel Wallace, 1823-1913). ഇന്തോനേഷ്യൻ -മലേഷ്യൻ ദ്വീപുകളിൽ പഠനനിരീക്ഷണപര്യടനങ്ങൾ നടത്തിയ വാലസിന് സ്വന്തനിലയിൽ പ്രകൃതിനിർദ്ധാരണം സ്പീഷിസുകളുടെ ഉൽപ്പത്തിയിൽ ഒരു പ്രേരകശക്തിയാണെന്ന് മനസ്സിലായി. ഈ ആശയം വേഗത്തിൽ ഒരു പ്രബന്ധമായി എഴുതി വാലസ്സ്, ഡാർവിന് അയച്ചു കൊടുത്തു. അതു വായിച്ച ഡാർവിൻ ഞെട്ടിപ്പോയി. 1858-ലായിരുന്നു ഈ സംഭവം. ഡാർവിന്റെ ചിന്താഗതിയോടു സമാനങ്ങളായ ആശയങ്ങൾ പലതും വാലസ്സിന്റെ ലേഖനത്തിൽ വായിച്ച ഡാർവിൻ ആശ്ചര്യസ്തബ്ധനായി! ഡാർവിനാകട്ടെ വളരെ വർഷങ്ങളോളം പരിണാമസംബന്ധിയായ ആശയങ്ങൾ തന്റെ മനസ്സിലിട്ടുകൊണ്ടു നടന്നതല്ലാതെ ഒന്നും പ്രസിദ്ധീകരിച്ചിരുന്നില്ല! ഇതാ ഒരു യുവഗവേഷകൻ തന്നെ കടത്തിവെട്ടിയിരിക്കുന്നു! ഉദാരമനസ്കനായ ഡാർവിൻ മുഴുവൻ ഖ്യാതിയും വാലസ്സിനു വിട്ടുകൊടുക്കാൻ തയ്യാറായി. പക്ഷേ വാലസ്സ് ഉൽകൃഷ്ടമനസ്കനായ ഒരു വ്യക്തി ആയിരുന്നു. തന്റെ ആശയങ്ങൾ ഉപരിപ്ലവങ്ങൾ മാത്രമാണെന്നും പരിണാമസിദ്ധാന്തത്തിന്റെ യഥാർഥ ഉപജ്ഞാതാവ് ഡാർവിനാണെന്നും വാലസ് പ്രസ്താവിച്ചു. ഏതായാലും 1858-ലെ വാലസ്സിന്റെ പ്രബന്ധമാണ് 1859-ലെങ്കിലും തന്റെ 20 കൊല്ലം നീണ്ടുനിന്ന ഗവേഷണഫലങ്ങൾ *Origin of Species* എന്ന പേരിൽ ഗ്രന്ഥമായി പ്രസിദ്ധീകരിക്കാൻ ഡാർവിനെ പ്രേരിപ്പിച്ചത്. അങ്ങനെ ശാസ്ത്രചരിത്രത്തിൽ സൂര്യതേജസ്സോടെ തിളങ്ങുന്ന ഡാർവിന്റെ ഒരു ഉപഗ്രഹത്തിന്റെ സ്ഥാനം മാത്രം മതിയെന്ന വാലസ്സിന്റെ ത്യാഗോജ്ജ്വലമായ തീരുമാനം സ്ഥാനം പിടിച്ചിരിക്കുന്നു.

മറ്റു പലകാര്യങ്ങളിലും ഡാർവിനും വാലസ്സും വ്യത്യസ്ത അഭിപ്രായങ്ങൾ പുലർത്തി. വാലസ്സ് ഒടുവിൽ ആത്മീയവാദിയായി മാറി! പക്ഷേ ഡാർവിൻ യുക്തിയുടെ ഭാഷയിൽ മാത്രം ചിന്തിച്ചു.

അന്ത്യം

അന്ത്യകാലത്ത് അനാരോഗ്യംമൂലം ഡാർവിൻ വളരെ ക്ലേശിച്ചിരുന്നു. അന്ത്യനിമിഷങ്ങളിൽ തന്റെ പരിണാമസിദ്ധാന്തം തെറ്റായിരുന്നു

വെന്നും മതഗ്രന്ഥങ്ങളിൽ പറയുന്നതുപോലെ ഈശ്വരൻ തന്റെ രൂപത്തിൽ മനുഷ്യനെ സൃഷ്ടിച്ചുവെന്നും സമ്മതിച്ചു എന്ന് ഒരു സന്ദർശക രേഖപ്പെടുത്തിയതു ചില്ലറ വിവാദങ്ങളുണ്ടാക്കി. പക്ഷേ ഇതു കേവലം കെട്ടുകഥ മാത്രമാണെന്ന് അവസാനനിമിഷം വരെ കൂടെയിരുന്ന് പരിചരിച്ച മകൾ ഹെൻറീത്ത പ്രസ്താവിച്ചതോടെ മുൻപറഞ്ഞ കെട്ടുകഥ തിരസ്കരിക്കപ്പെട്ടു. 1882 ഏപ്രിൽ 18–ാം തീയതി ഹൃദയാഘാതത്തെ തുടർന്ന് ചാൾസ് ഡാർവിൻ നിര്യാതനായി.

10

ഗ്രിഗർ യോഹാൻ മെൻഡെൽ
(Gregor Johann Mendel , 1822 - 1884)

സ്വജീവിത കാലയളവിൽ കാര്യമായ ഒരു അംഗീകാരവും കിട്ടാതെപോയ ഒരു ശാസ്ത്രജ്ഞ നാണ് ഗ്രിഗർ യോഹാൻ മെൻ ഡെൽ (Gregor Johann Mendel 1822-1884). ഇതിന് ഒരു കാരണം അദ്ദേഹം ഓസ്ട്രിയയിലെ ബ്രൂണ് (Brunn) എന്ന ഒരു ചെറിയ പട്ടണ ത്തിലെ ഒരു സാധാരണ പുരോഹി തനായി ജീവിതം കഴിച്ചുകൂട്ടി എന്ന താണ്. മറ്റൊരു കാരണമാകട്ടെ കാലാതിവർത്തിയായ ഗവേഷണ ങ്ങൾ — സമകാലീനന്മാർക്കു മന സ്സിലാകാൻ കഴിയാതെപോയ കണ്ടുപിടിത്തങ്ങൾ -- ആണ് 'മെൻഡെലച്ചൻ' (Father Mendel) നടത്തിയത് എന്നതാണ്!

ഗ്രിഗർ യോഹാൻ മെൻഡെൽ

പാരമ്പര്യശാസ്ത്രത്തിന്റെ പിതാവ്

ഇന്ന് പാരമ്പര്യശാസ്ത്രത്തിന്റെ പിതാവ് എന്ന നിലയിൽ ലോകം മെൻഡെലിനെ ആദരിക്കുന്നു. പാരമ്പര്യശാസ്ത്രത്തിലെ മൗലിക നിയ മങ്ങൾ മിക്കവാറും എല്ലാം തന്നെ, മെൻഡെൽ തന്റെ 8 വർഷം നീണ്ട പരീക്ഷണങ്ങൾവഴി കണ്ടുപിടിച്ചതാണ്. പയർചെടികളിലാണ് അദ്ദേഹം തന്റെ പരീക്ഷണങ്ങൾ നടത്തിയത്. പൊക്കം കൂടിയ (tall അഥവാ T)

പയർ ചെടികളെ പൊക്കം കുറഞ്ഞ (dwarf അഥവാ D) പയർചെടികളുമായി 'സങ്കരപരാഗണം' (Cross - pollination) നടത്തിയപ്പോൾ സന്തതികൾ പൊക്കമുള്ളവയായി മാത്രം ജനിച്ചതായി മെൻഡെൽ നിരീക്ഷിച്ചു. അപ്പോൾ പൊക്കം (T ഘടകം) പൊക്കമില്ലായ്മ (D ഘടകം) എന്ന സ്വഭാവത്തേക്കാൾ 'പ്രഭാവി' (dominant) ആണെന്നും, പൊക്കമില്ലായ്മ എന്നത് 'അപ്രഭാവി' (necessive) ആണെന്നും അദ്ദേഹം സമർഥിച്ചു. പാരമ്പര്യ ഘടകങ്ങളിൽ ചിലവ 'പ്രഭാവി'യും മറ്റു ചിലവ 'അപ്രഭാവി'യും ആകുന്നു. മെൻഡെൽ ഉപയോഗിച്ചിരുന്ന പദങ്ങൾ തന്നെ (dominant, necessive) ഇന്നും ജനിതകശാസ്ത്രജ്ഞർ ഉപയോഗിക്കുന്നു.

ശുദ്ധമായ T പയറും ശുദ്ധമായ D ഇനം പയറും തമ്മിൽ സങ്കരപരാഗണം നടക്കുമ്പോൾ സന്തതികൾ എല്ലാം T ഇനമായി കിട്ടുന്നുവെന്നു നാം കണ്ടു. പക്ഷേ തുടർന്നുള്ള പരീക്ഷണങ്ങൾ മെൻഡെലിനെ വളരെക്കാലം കുഴക്കി! കാരണം സങ്കരപരാഗണം മൂലം ലഭിച്ച സന്തതിയായ T ഇനങ്ങളെ പരസ്പരം ക്രോസ്–പരാഗണം നടത്തിയപ്പോൾ ശുദ്ധ T, ശുദ്ധ D, സങ്കരം ഇവ 1:1:2 എന്ന അനുപാതത്തിൽ ലഭിക്കുന്നു എന്നാണ് മെൻഡെൽ കണ്ടത്. നിരന്തരമായ ഈ പരീക്ഷണങ്ങൾ വഴിയാണ് പ്രസിദ്ധങ്ങളായ മെൻഡെൽ പാരമ്പര്യനിയമങ്ങൾ അദ്ദേഹം കണ്ടുപിടിച്ചത് (Mendel's laws of heredity)

"പയറും നട്ട് എട്ടുവർഷം കളഞ്ഞല്ലോ, കഷ്ടം!"

1865 ഫെബ്രുവരി 8–ാം തീയതി ബ്രൂൺ നഗരത്തിലെ ഒരു ചർച്ചായോഗത്തിൽ ഫാദർ മെൻഡെൽ തന്റെ 8 വർഷം നീണ്ട ഗവേഷണ പഠനങ്ങളെപ്പറ്റിയും നിഗമനങ്ങളെപ്പറ്റിയും ഒരു പ്രഭാഷണം നടത്തി. സദസ്യർക്ക് അവരുടെ 'മെൻഡെൽ അച്ചനെ' ഇഷ്ടമായിരുന്നു; പക്ഷേ പ്രസംഗം പലർക്കും മനസ്സിലായില്ല, ചിലർക്കെങ്കിലും 'അറുബോറായി' തോന്നിയത്രെ. സദസ്യരിലൊരാളായ ഒരു ആഡിറ്റർ (Auditor) അടുത്തിരുന്നയാളോടു ഇങ്ങനെ പിറുപിറുത്തു: "സാധാരണ പയർ ചെടികൾ വളരുന്നതിനെപ്പറ്റി എട്ടുവർഷമെടുത്തു പഠിച്ചുപോലും! എന്തൊരു സമയദുർവ്യയം!" ജനിതകശാസ്ത്രത്തിന്റെ അടിത്തറയാണ്, മഹാശാസ്ത്രജ്ഞനെന്നു പിൽക്കാലത്തു പ്രശസ്തി നേടിയ ഫാദർ മെൻഡെൽ അന്ന് ആ പ്രഭാഷണത്തിലൂടെ സ്ഥാപിച്ചത് എന്ന് അന്നത്തെ സദസ്യർ ആരുമറിഞ്ഞില്ല!

ജീവിതരേഖ

പണ്ടത്തെ ആസ്ട്രിയൻ (Austrian) സാമ്രാജ്യത്തിന്റെ ഭാഗമായിരുന്ന സൈലേഷ്യയിൽ (Silesia) ഹൈൻസെൻ ഡോർഫ് (Heinzendorf) എന്ന ചെറു പട്ടണത്തിലാണ് മെൻഡെൽ ജനിച്ചത് (22 ജൂലായ് 1822). പിതാവ് ഒരു ദരിദ്ര കർഷകനായിരുന്നു. വളരെ ബുദ്ധിമുട്ടിയാണ് യോഹാൻ മെൻഡെൽ പ്രാഥമിക സ്കൂൾ വിദ്യാഭ്യാസം പോലും നേടിയത്. പലപ്പോഴും പട്ടിണികിടക്കേണ്ടിവന്നു. പക്ഷേ, സ്ഥിരോത്സാഹിയായ ബാലൻ

യോഹാൻ എങ്ങനെയോ വിദ്യാഭ്യാസം തുടർന്നു; തത്വശാസ്ത്രത്തിൽ ബിരുദമെടുത്തശേഷം 1843-ൽ ഒരു സന്യാസസഭ (Monastery)യിൽ ചേർന്ന് സന്യാസം സ്വീകരിച്ചു. അന്നത്തെ രീതിയനുസരിച്ച്, അച്ഛനമ്മമാരിട്ട പേരായ 'യോഹാൻ' (Johann) എന്നതിനുപുറമേ, സന്യാസസഭ നൽകിയ പേരായ ഗ്രിഗർ (Gregor) എന്ന നാമവും സ്വീകരിച്ചു. അങ്ങനെയാണ് ഗ്രിഗർ യോഹാൻ മെൻഡെൽ എന്ന മുഴുവൻ പേരുണ്ടായത്. 1847-ൽ പൂർണ പൗരോഹിത്യം സ്വീകരിച്ചു. ഇടവകയിലെ ജോലികൾക്കും അധ്യാപനത്തിനും ഇടയ്ക്കുകിട്ടുന്ന സമയമാണ് മെൻഡെൽ ഗവേഷണത്തിനായി ചെലവഴിച്ചത്!

ഇതിനിടയിലും ഉപരിവിദ്യാഭ്യാസം നേടാനുള്ള ആഗ്രഹം പ്രബലമായിരുന്നു. 1851-ൽ രണ്ടുവർഷം ഗണിതം പഠിക്കാനായി പ്രഖ്യാതമായ വിയന്ന (Vienna) സർവകലാശാലയിൽ ചേർന്നു. 1853-ൽ ബ്രൂണിൽ മടങ്ങിയെത്തി പയർചെടികളെപ്പറ്റിയുള്ള ഗവേഷണങ്ങൾ തുടങ്ങിയത് 1856ലാണ് — ചാൾസ് ഡാർവിന്റെ *ജൈവജാതികളുടെ ഉത്ഭവം* (*Origin of species*) എന്ന ഗ്രന്ഥം പ്രസിദ്ധീകരിക്കുന്നതിന് (1859) മൂന്നു വർഷം മുമ്പായിരുന്നു ഇത്.

ചാൾസ് ഡാർവിൻ, ഗ്രിഗർ മെൻഡെലിനെപ്പറ്റി കേട്ടിരുന്നു പോലുമുണ്ടാവില്ല എന്നാണ് ശാസ്ത്ര ചരിത്രകാരന്മാർ ഊഹിക്കുന്നത്; മറിച്ചും കഥ അതു തന്നെ! പരസ്പരം അറിയാതെ രണ്ടു മഹാജൈവശാസ്ത്രജ്ഞർ! പക്ഷേ ഒരു വലിയ വ്യത്യാസമുണ്ട്. തന്റെ ജീവിതകാലത്തു തന്നെ ഡാർവിൻ വിശ്വവിഖ്യാതനായി, അനേകം ബഹുമതികൾ ലഭിച്ചു. മെൻഡെലാകട്ടെ, 1884-ൽ ആരാലും അറിയപ്പെടാതെ, ശാസ്ത്രലോകത്തിന്റെ ഒരംഗീകാരവും ലഭിക്കാതെ നിര്യാതനായി. ആറുവർഷം കൂടി കഴിഞ്ഞാണ് (1900) മെൻഡെലിന്റെ ഗവേഷണങ്ങൾ ജൈവശാസ്ത്രജ്ഞർക്കിടയിൽ പ്രശസ്തമായത്!

11

ലൂയി പാസ്തേർ
(Louis Paster , 1822 - 1895)

മനുഷ്യനന്മയ്ക്കുതകുന്ന ഗവേഷണങ്ങൾ മാത്രമേ താൻ നടത്തൂ എന്ന് ദൃഢനിശ്ചയം ചെയ്യുകയും, ആ നിശ്ചയം സ്വജീവിതകാലമാകെ നിർബന്ധപൂർവം നടപ്പിൽ വരുത്തുകയും ചെയ്ത മഹാന്മാർ ശാസ്ത്രജ്ഞരുടെ ഇടയിൽ കുറവാണ്. നന്മയുടെ ഈ അപൂർവചാരുത ഉടനീളം തിളങ്ങുന്ന ഒരു മഹാശാസ്ത്രജ്ഞനായിരുന്നു ലൂയി പാസ്തേർ (Louis Paster, 1822 - 1895).

ലൂയി പാസ്തേർ

ഗവേഷണ നേട്ടങ്ങൾ

പാസ്തേറുടെ ഗവേഷണനേട്ടങ്ങൾ ശാസ്ത്രത്തിന്റ - പ്രത്യേകിച്ച് രസതന്ത്രത്തിന്റെയും ജീവശാസ്ത്രത്തിന്റെയും — മേഖലകളിൽ പരന്നുകിടക്കുന്നവയത്രെ. അവയിൽ ഏറ്റവും പ്രധാനപ്പെട്ട ചിലതു നോക്കുക.

1. കിണ്വനം (പുളിക്കൽ, fermentation) ഒരുതരം അണുജീവികളുടെ പ്രവർത്തനഫലമാണെന്നും കർശനമായ പരീക്ഷണ പരമ്പരകളുടെ ഒടുവിൽ അദ്ദേഹം സ്ഥാപിച്ചു. തന്റെ നഗരമായ 'ലില്ലി'ലെ (Lille - ഫ്രാൻസിലെ ഒരു പട്ടണം) മുന്തിരിക്കർഷകർക്കു മുന്തിരിനീർ നല്ല വൈനാക്കി മാറ്റാൻ പാസ്തേർ സഹായിച്ചു.

2. പക്ഷേ വൈൻ (wine) പെട്ടെന്ന് 'പുളിച്ച്' വിനാഗിരിയായി ഭാഗികമായി മാറുമായിരുന്നു. മുന്തിരിക്കർഷകരുടെ ശാപമായിരുന്നു ഇത്. ഈ മാറ്റവും അണുജീവികളുടെ പ്രവർത്തനഫലമാണെന്നു പാസ്തേർ തെളിയിച്ചു. അതു തടയാൻ കേവലം 50^0C വരെ ചൂടാക്കിയാൽ മാത്രം മതിയെന്നും അദ്ദേഹം കണ്ടുപിടിച്ചു. ഈ പ്രക്രിയ (50^0C വരെ ചൂടാക്കൽ) ഇന്ന് 'പാസ്തെറൈസേഷൻ' (Pasteurisation) എന്ന പേരിൽ പ്രസിദ്ധമത്രേ.
3. പാൽ കേടുകൂടാതെ സൂക്ഷിക്കാനും പാസ്തെറൈസേഷൻ പ്രക്രിയ ഉതകുമെന്ന് പാസ്തേർ പരീക്ഷണങ്ങൾ വഴി തെളിയിച്ചു. ക്ഷീരകർഷകർക്കും ഡയറിക്കാർക്കും ഇതു വലിയ ഒരു അനുഗ്രഹമായിത്തീർന്നു.
4. പട്ടുനൂൽപ്പുഴുക്കളെ ബാധിച്ചിരുന്ന 'പെബ്രീൻ' (pebrine) എന്ന പകർച്ചവ്യാധി നിയന്ത്രിക്കാനുള്ള മാർഗങ്ങൾ പാസ്തേർ നിർദ്ദേശിച്ചത് പട്ടുനൂൽപ്പുഴു വളർത്തി ഉപജീവനം കഴിച്ചിരുന്ന അസംഖ്യം ആളുകൾക്ക് ഉപകരിച്ചു.
5. കന്നുകാലികളെ ബാധിച്ചിരുന്ന മാരകരോഗത്തിന് പ്രതിവിധിയായിട്ടാണ് പാസ്തേർ വാക്സൈനുകൾ (Vaccines) വികസിപ്പിച്ചെടുത്തത്. ആന്ത്രാക്സ് അണുക്കളെ വളർത്തിയിരുന്ന ചില പാത്രങ്ങൾ (ഡിഷുകൾ) ഒരിക്കൽ കുറേദിവസം, പാസ്തേർ സ്ഥലത്തില്ലാത്തതിനാൽ, വെറുതെ കിടന്നു. ഇങ്ങനെയുള്ള ശക്തികുറഞ്ഞ (attenated) അണുക്കളെ കുത്തിവച്ചപ്പോൾ പരീക്ഷണ ജന്തുക്കൾക്ക് ആന്ത്രാക്സ് രോഗം പിടിപെട്ടില്ലെന്നു മാത്രമല്ല, പിന്നീട് ശക്തികൂടിയ (active) അണുക്കളെ കുത്തിവച്ചപ്പോഴും രോഗം വന്നില്ലെന്നു കണ്ടു! ഇങ്ങനെയാണ് ലോകോപകാരപ്രദമായ, വളരെ മഹത്തായ കണ്ടുപിടിത്തമായ 'വാക്സിനേഷൻ' പ്രക്രിയ പാസ്തേർ മനുഷ്യരാശിക്ക് അനുഗ്രഹമായി നൽകിയത്.
6. പേപ്പട്ടി വിഷത്തിനെതിരേയുള്ള വാക്സിനാണ് പാസ്തേറുടെ കണ്ടുപിടുത്തങ്ങളിൽ ഏറ്റവും പ്രസിദ്ധി നേടിയിട്ടുള്ളത്.
7. രസതന്ത്രത്തിൽ ചില ക്രിസ്റ്റലുകൾ പ്രകടിപ്പിക്കുന്ന ഓപ്റ്റിക്കൽ ആക്ടീവത (Optical activity)യെപ്പറ്റി പാസ്തേർ മൗലിക പഠനങ്ങൾ നടത്തി.

ജോസഫ് മൈസ്റ്ററുടെ കഥ

എൽസാസ് പ്രവിശ്യയിൽ നിന്നും വന്ന, പേപ്പട്ടി കടിച്ച് ഗുരുതരാവസ്ഥയിലായ ജോസഫ് മൈസ്റ്റർ (Joseph Meister) എന്ന ഒൻപതു വയസ്സുകാരനെ മാതാപിതാക്കൾ ലൂയി പാസ്തേറിന്റെ അടുത്തെത്തിച്ചു. മരണത്തോടടുത്തുകൊണ്ടിരുന്ന ആ ബാലനിൽ പാസ്തേർ കണ്ടുപിടിച്ച ദിവ്യൗഷധമായ ആന്റി–റേബിസ് വാക്സൈൻ (anti - rabies vaccine) പ്രയോഗിക്കാനാണ് കൊണ്ടുവന്നത്. പക്ഷേ അതുവരെ മനുഷ്യരിൽ ഈ വാക്സൈൻ പരീക്ഷിച്ചുനോക്കിയിരുന്നില്ല. എന്തുചെയ്യും?

പാസ്തേർ ധർമസങ്കടത്തിലായി. ഇതുവരെ മനുഷ്യരിൽ പ്രയോഗിക്കാത്ത തന്റെ വാക്സൈൻ ഈ ബാലനിൽ പ്രയോഗിച്ചാൽ അവൻ മരിച്ചുപോയാലോ? പക്ഷേ ഉടനടി എന്തെങ്കിലും ചെയ്തില്ലെങ്കിൽ മൈസ്റ്റർ മരിച്ചുപോകുക തന്നെ ചെയ്യും. ധീരതയോടെ പാസ്തേർ, മൈസ്റ്ററുടെ ശരീരത്തിൽ തന്റെ വാക്സൈൻ കുത്തിവച്ചു. എന്തൊരത്ഭുതം! ഒരൊറ്റ രാത്രികൊണ്ട് മൈസ്റ്റർ രോഗത്തിന്റെ പിടിയിൽ നിന്നു കുതറി രക്ഷപ്പെട്ടു. ക്രമേണ പൂർണആരോഗ്യവാനായി! പേപ്പട്ടി വിഷത്തിന് പാസ്തേറിന്റെ വാക്സൈൻ തികച്ചും ഫലപ്രദവും സുരക്ഷിതവുമായ പ്രതിവിധിയായി വൈദ്യലോകം അംഗീകരിച്ചു. അങ്ങനെ വൈദ്യശാസ്ത്രത്തിൽ 'പാസ്തേർ യുഗം' (the Pasteur age) ആരംഭിച്ചു!

ജീവിതരേഖ

ഡോൾ (Dole) എന്ന ചെറുപട്ടണത്തിലാണ് ലൂയി ജനിച്ചത് (1822 ഡിസംബർ 27-ാം തീയതി) പക്ഷേ, ലൂയിയുടെ ചെറുപ്രായത്തിൽത്തന്നെ കുറേക്കൂടി വലിയ ഫ്രഞ്ച് നഗരമായ അർബ്വാ(Arbois)യിലേക്കു പാസ്തേർ കുടുംബം താമസം മാറ്റി. ഉപരിവിദ്യാഭ്യാസം പാരീസിലെ പ്രശസ്തമായ 'എക്കോൾ നോർമാൽ സുപ്പീരിയേറി'ൽ (Ecole normale superieure ENS) ആയിരുന്നു. വിദഗ്ധരായ രസതന്ത്ര പ്രൊഫസർമാർ അക്കാലത്തു പാരീസിലെ ENS-ൽ ഉണ്ടായിരുന്നു. അങ്ങനെയാണ് ബാലനായ ലൂയി പാസ്തേറിന് രസതന്ത്രത്തിൽ അഭിരുചി കൈവന്നത്.

ഒരു ഇടത്തരം കുടുംബത്തിലായിരുന്നു പാസ്തേർ ജനിച്ചത്. തുകൽ ഊറയ്ക്കിടുന്ന തൊഴിൽ (tanning) ആയിരുന്നു പിതാവിന്. പഠനം കഴിഞ്ഞ ലൂയി ആദ്യം ഡ്യൂഷോണിലെ (Dujon) ഹൈസ്കൂളിലും പിന്നെ സ്ട്രാസ്ബൂർഗിലെ (Strasbourg) സർവകലാശാലയിലും പ്രൊഫസറായി. ഇക്കാലത്താണ് തന്റെ വലിയ ഗവേഷണങ്ങളെല്ലാം പാസ്തേർ നടത്തിയത്.

സ്ട്രാസ്ബൂർഗിൽ വച്ചാണ് ഭാവിവധുവായ മാരീ ലോറാങ്ങിനെ (Marie Laurent) കണ്ടുമുട്ടിയത്. 1849-ൽ അവർ വിവാഹിതരായി. അവർക്കു അഞ്ചുകുട്ടികൾ ജനിച്ചുവെങ്കിലും മൂന്നുപേർ ബാല്യത്തിലേ മരിച്ചുപോയി; രണ്ടുപേർ മാത്രമേ പ്രായപൂർത്തി എത്തിയുള്ളൂ. കുടുംബക്ലേശങ്ങൾക്കും സങ്കടങ്ങൾക്കും ഇടയിൽ ലൂയിക്ക് ഭാര്യ മാരീ വലിയൊരു തണലും അത്താണിയും ആയിരുന്നു. തന്റെ വ്യക്തിപരമായ ദുഃഖങ്ങൾ മറന്നു സമൂഹത്തിനു നന്മ വരുത്താനും സമൂഹത്തിന്റെ രോഗദുരിത ദുഃഖങ്ങൾ മാറ്റാനുമാണ് സ്വജീവിതത്തിലുടനീളം മഹാനായ ഈ മനുഷ്യസ്നേഹി യത്നിച്ചത്.

അനേകം ബഹുമതികൾ പാസ്തേറിനു ലഭിച്ചു. പാരീസിലെ പാസ്തേർ ഇൻസ്റ്റിറ്റ്യൂട്ടും (Pasteur Institute), സ്ട്രാസ്ബൂർഗിലെ ലൂയി പാസ്തേർ യൂണിവേഴ്സിറ്റിയും ഈ മഹാപുരുഷന്റെ നാമധേയത്താൽ അലങ്കരിക്കപ്പെട്ടിരിക്കുന്നു.

12

കെൽവിൻ പ്രഭു

(Lord Kelvin , 1824 - 1907)

മഹാശാസ്ത്രജ്ഞർപോലും ചിലപ്പോൾ വളരെ ഹ്രസ്വദൃഷ്ടികളാകാം എന്നതിന് നല്ല ഉദാഹരണമാണ് കെൽവിൻ പ്രഭു (Lord Kelvin, 1824 - 1907) പ്രഖ്യാതങ്ങളായ അനേകം കണ്ടുപിടുത്തങ്ങൾ നടത്തിയ അദ്ദേഹം തന്റെ ജീവിതസായാഹ്നത്തിൽ ഒരിക്കൽ (1897–ൽ) പറഞ്ഞു: "ഞാൻ നിരാശനാണ്! ഫിസിക്സിൽ ഇനി കണ്ടുപിടിക്കാൻ ബാക്കി ഒന്നുമില്ല! ഫിസിക്സ് ഒരു സമ്പൂർണശാസ്ത്രശാഖയായി കഴിഞ്ഞു."

കെൽവിൻ പ്രഭു

കെൽവിന്റെ 1897–ാമാണ്ടിലെ ഈ പ്രസ്താവത്തിനുശേഷമാണ് ആധുനിക ഭൗതികശാസ്ത്രത്തിലെ ഏറ്റവും പ്രധാനകണ്ടുപിടുത്തങ്ങളും സിദ്ധാന്തങ്ങളും വന്നതെന്ന കാര്യം രസാവഹമത്രെ! നോക്കുക: മദാം ക്യൂറി റേഡിയം വേർതിരിച്ചെടുത്ത് ലഭ്യമാക്കിയത് (1898), റഥർഫോർഡ് പ്രഭു അണുകേന്ദ്ര സിദ്ധാന്തം അവതരിപ്പിച്ചത് (1912), നീൽസ്ബോർ സുസ്ഥിര അണുഘടനാചിത്രം ആവിഷ്കരിച്ചത് (1913), ഐൻസ്റ്റൈൻ ആപേക്ഷികതാ സിദ്ധാന്തങ്ങൾ (1905, 1915) സ്ഥാപിച്ചത്, മാക്സ് പ്ലാങ്ക് ക്വാണ്ടം

സിദ്ധാന്തം (1900) ഉന്നയിച്ചത്. ഇതെല്ലാം തന്നെ കെൽവിന്റെ ഈ 'നിരാശാപ്രസ്താവ'ത്തിന് പിന്നാലെ വന്ന മഹാസംഭവങ്ങളാണല്ലോ.

പ്രായോഗികതയുടെ അപ്പോസ്തോലൻ

'പ്രായോഗികതയുടെ അപ്പോസ്തോലൻ' (The Apostle of Practicality) എന്നു കെൽവിനെപ്പറ്റി പറയാറുണ്ട്. "ഏതു സിദ്ധാന്തമായാലും അതിനൊരു യാന്ത്രിക മോഡൽ ഉണ്ടാക്കാൻ സാധിക്കണം, അല്ലെങ്കിൽ ആ സിദ്ധാന്തം തിരസ്കരിക്കുക!" എന്ന് അദ്ദേഹം പറയാറുണ്ട്. പ്രായോഗികതലത്തിലെ 'സത്യവൽക്കരണം' (Verification) മുഖേന മാത്രമേ സിദ്ധാന്തങ്ങൾക്ക് 'സാധുത' (validity) വരികയുള്ളൂവെന്ന് കെൽവിൻ വിശ്വസിച്ചു.

ജൂൾ - തോംസൺ പ്രഭാവം ഇപ്പറഞ്ഞതിന് ഒരു ദൃഷ്ടാന്തമാണ്. കെൽവിൻ 'പ്രഭു പദം' (lord ship) മുഖേന ആദരിക്കപ്പെടുന്നതിനുമുമ്പ് അദ്ദേഹത്തിന്റെ പേര് വില്യം തോംസൺ — William Thomson — എന്നായിരുന്നു. അദ്ദേഹവും ജെ പി ജൂൾ (J P Joule 1818- 1889) എന്ന വിശ്രുത ഭൗതികശാസ്ത്രജ്ഞനും കൂടി കണ്ടുപിടിച്ചതാണ് ജൂൾ - തോംസൺ പ്രഭാവം. തീരെ താഴ്ന്ന താപനിലകളിൽ പദാർഥങ്ങളെ എത്തിക്കാൻ ഈ പ്രഭാവം ഉപകരിക്കുന്നു.

എത്രത്തോളം തണുപ്പിക്കാം?

പദാർഥങ്ങളെ നമുക്ക് എത്രത്തോളം തണുപ്പിക്കാൻ സാധിക്കും? ശാസ്ത്രജ്ഞരെ വളരെക്കാലം കുഴക്കിയ ചോദ്യമായിരുന്നു ഇത്, സാധാരണ കേരളത്തിലെ താപനില 28^0 C യ്ക്കും 36^0C യ്ക്കും ഇടയ്ക്കാണ്. വെള്ളം തണുത്തുറച്ചു മഞ്ഞുകട്ടയാവുന്നത് പൂജ്യം ഡിഗ്രി സെൽഷ്യസിലാണല്ലോ (0^0C) ഓക്സിജൻ വാതകം ദ്രവീഭവിക്കുന്നത് -183^0Cയും നൈട്രജന്റെ തിളനില – 190^0 Cയുമാണ് (അതായത് മഞ്ഞുകട്ടയുടെ ഉരുകൽ നിലയായ 0^0C യിൽ നിന്നും 183, 196 യഥാക്രമം, താഴെയുള്ള താപനിലകൾ എന്നർഥം.) ഹൈഡ്രജൻ വാതകം ദ്രാവകമാകുന്ന താപനിലയാകട്ടെ – 253^0C (ന്യൂനം 253 ഡിഗ്രി)യും ഹീലിയത്തിന്റെ തിളനില - 269^0C (ന്യൂനം 269 ഡിഗ്രി)യുമാണ്. ഇനിയും താഴോട്ടു എത്ര ഡിഗ്രി വരെ പോകാൻ പറ്റും?

ഈ പ്രശ്നത്തിന് ഉത്തരം നൽകിയത് കെൽവിൻ പ്രഭുവാണ്. ഹീലിയത്തിന്റെ തിളനിലയിൽ നിന്നു പരമാവധി 4 ഡിഗ്രികൂടിയേ നമുക്കു താഴോട്ടു പോകാൻ പറ്റുകയുള്ളൂ. അതായത് ഏറ്റവും താഴ്ന്ന താപനില – 273^0C (ന്യൂനം 273 ഡിഗ്രി)യാണ്. കൂടുതൽ കൃത്യമായി പറഞ്ഞാൽ – 273.16^0C). ഇതിൽ കൂടുതൽ താഴോട്ടു പോകാൻ അസാധ്യമാണ് — പ്രായോഗികമായി മാത്രമല്ല, സൈദ്ധാന്തികമായും! ഈ പരമനിമ്ന താപനിലയെ 0 K(പൂജ്യം കെൽവിൻ) എന്നു നാം ഇന്ന് സൂചിപ്പിക്കുന്നു. അപ്പോൾ 0 K = -273^0C. ജലത്തിന്റെ ഖരാങ്കം = 0^0 C = 273K. കെൽവിന്റെ

പേർ ഇങ്ങനെ അനശ്വരമായി നിലകൊള്ളുന്നു (ശ്രദ്ധിക്കുക ^{0}Kഎന്നെഴുതരുത്, വെറുതെ K എന്നാണ് വേണ്ടത്. ഇതിന് സൈദ്ധാന്തിക കാരണങ്ങളുണ്ട്).

കെൽവിന്റെ മറ്റു സംഭാവനകൾ

1. താപഗതികം (Thermo dynamics) എന്ന ശാസ്ത്രശാഖയിലെ ഒരു ആചാര്യനായിരുന്നു കെൽവിൻ.
2. നാവികർക്ക് ദീർഘമായ സമുദ്രയാത്രയ്ക്കിടയിൽ ഉപയോഗിക്കാൻ പറ്റിയ അനേകം ലഘുവായ യന്ത്രങ്ങൾ അദ്ദേഹം നിർമിച്ചു. അതിനാൽ ആയിടയ്ക്ക് ഇംഗ്ലണ്ടിൽ ഒരു ചൊല്ലുണ്ടായിരുന്നത്രേ: "എല്ലാ നാവികരും കെൽവിനുവേണ്ടി പ്രാർഥിക്കണം(Every sailor should pray for Kelvin).
3. തന്റെ പേരിൽ അറിയപ്പെട്ട ഒരു ഗാൽവനോ മീറ്റർ (കെൽവിൻ ഗാൽവനോമീറ്റർ – Kelvin Galvanometer) നിർമിച്ചു. വൈദ്യുത കറന്റ് അളക്കാനുള്ള ഒരു ഉപകരണമാണിത്.
4. വടക്കുനോക്കിയന്ത്രം, കടലിനടിയിൽക്കൂടി ഇടുന്ന ടെലഫോൺ കമ്പികൾ മുതലായ പലതും നവീകരിച്ചു.

ജീവിതരേഖ

വില്യം തോംസണിന്റെ (കെൽവിൻ പ്രഭുവിന്റെ ശരിയായ പേരാണിതെന്നോർക്കുക) അച്ഛൻ അയർലണ്ടിൽ ബെൽഫാസ്റ്റ് (Belfast) കേന്ദ്രമായി പ്രവർത്തിച്ചിരുന്ന റോയൽ അക്കാദമിക് ഇൻസ്റ്റിറ്റ്യൂഷനിലെ (Royal Academic Institution) ഗണിതശാസ്ത്ര വകുപ്പിന്റെ മേധാവിയായിരുന്ന പ്രൊഫസർ ജെയിംസ് തോംസണായിരുന്നു. വർഷങ്ങൾക്ക് മുമ്പ് സ്കോട്ട്ലണ്ടിൽ നിന്നും മതപരമായ പീഡനത്തെ ഭയന്ന് അയർലണ്ടിലേക്കു കുടിയേറിയതായിരുന്നു തോംസൺ കുടുംബം. പക്ഷേ വില്യമിനു 8 വയസ്സായപ്പോൾ പിതാവ് ജെയിംസ് സ്കോട്ട്ലണ്ടിലേക്കു താമസം മാറ്റി. കാരണം അദ്ദേഹത്തിന് ഗ്ലാസ്ഗോ (Glasgow) സർവകലാശാലയിൽ പ്രൊഫസറായി ഉദ്യോഗമാറ്റം ലഭിച്ചിരുന്നു.

പഠിക്കാൻ ബഹുമിടുക്കനായിരുന്നു വില്യം. അയാൾക്ക് 16 വയസ്സായപ്പോൾ അയാളെയും കൊണ്ട് അച്ഛൻ ജെയിംസ് ഒരു യൂറോപ്യൻ പര്യടനം നടത്തി. ജർമനിയിലെയും ഫ്രാൻസിലെയും പല പ്രശസ്ത ശാസ്ത്രജ്ഞരേയും കാണാൻ വില്യമിന് അങ്ങനെ അവസരം കിട്ടി. 1841–ൽ വില്യം കേംബ്രിഡ്ജിൽ ഗണിത വിദ്യാർഥിയായി ചേർന്നു. പഠനത്തിനു പുറമെ നീന്തൽ, തോണിതുഴയൽ മുതലായ കായിക വിനോദങ്ങളിലും സംഗീതത്തിലും വില്യം തൽപ്പരനായിരുന്നു. 1846–ൽ, തന്റെ 22–ാം വയസ്സിൽത്തന്നെ വില്യം ഗ്ലാസ്ഗോ (Glasgow) സർവകലാശാലയിലെ ശാസ്ത്രപ്രൊഫസറായി! അടുത്ത 53 വർഷക്കാലവും അവിടെത്തന്നെ പ്രൊഫസറായി സേവനം അനുഷ്ഠിച്ചു. കെൽവിൻ പ്രഭുവിന്റെ

പൂർണകായ പ്രതിമ ഗ്ലാസ്ഗോ സർവകലാശാലയുടെ അങ്കണത്തിൽ ഇന്നും തലയെടുപ്പോടുകൂടി നിൽക്കുന്നുണ്ട് (1977–ൽ ഈ ഗ്രന്ഥകാരൻ ഗ്ലാസ്ഗോ സർവകലാശാലയിൽ രണ്ടാഴ്ച കഴിച്ചുകൂട്ടിയ കാര്യം ഗൃഹാതുരതയോടെ ഓർത്തുപോകുന്നു ഒരുവർഷം ലണ്ടനിൽ കോമൺവെൽത്ത് അക്കാദമിക് ഫെലോ ആയി പ്രവർത്തിക്കുന്നതിനിടയിലായിരുന്നു ഈ ഗ്ലാസ്ഗോ സന്ദർശനം).

എല്ലാ അർഥത്തിലും ജീവിതവിജയം നേടിയ ഒരാളായിരുന്നു കെൽവിൻ. ധനമാനങ്ങളും സമ്മാനങ്ങളും പദവികളും പ്രഭുത്വവും യശസ്സും എല്ലാം അദ്ദേഹം നേടി. ഒടുവിൽ 1907–ൽ, ഇംഗ്ലണ്ടിലെ പ്രശസ്തമായ വെസ്റ്റ്മിൻസ്റ്റർ ആബിയിൽ (Westminster Abbey) അന്ത്യവിശ്രമവും (അവിടെയാണല്ലോ ന്യൂട്ടണും അന്ത്യവിശ്രമം കൊള്ളുന്നത്). ബ്രിട്ടീഷ് ശാസ്ത്രജ്ഞരുടെ പരമ്പരയിൽ ന്യൂട്ടന്റെ അടുത്തുതന്നെയാണ് കെൽവിനേയും പരിഗണിക്കുന്നത്.

13

ദിമിത്രി ഇവാനോവിച്ച് മെൻഡെലേഫ്
(Dimitri Ivanovitch Mendeleef , 1834 - 1907)

രസതന്ത്രം എന്ന ശാസ്ത്രശാഖയുടെ "മയൂരശിഖ"യാണ് ആവർത്തന പട്ടിക അഥവാ പീരിയോഡിക് പട്ടിക (Periodic Table) എന്ന "അത്ഭുത പട്ടിക" (Wonder table). രസതന്ത്ര പഠനത്തിലെവിടെയും തന്നെ ഈ പട്ടികയുടെ സ്പർശം കാണാം. പീരിയോഡിക് പട്ടിക രസതന്ത്രത്തിൽ സർവ്വവ്യാപിയാണെന്നു പറയാം. ഈ പട്ടിക ആവിഷ്കരിച്ചത് റഷ്യൻ ശാസ്ത്രജ്ഞനായ ദിമിത്രി ഇവാനോവിച്ച് മെൻഡെലേഫ് (Dimitri Ivanovitch Mendeleef) ആണ്.

*ദിമിത്രി ഇവാനോവിച്ച്
മെൻഡെലേഫ്*

ജീവിതരേഖ

സൈബീരിയയിലേക്കു കുടിയേറിപ്പാർത്ത് അവിടത്തെ ആദ്യവർത്തമാനപത്രം പ്രസിദ്ധീകരിച്ചയാളായിരുന്നു ദിമിത്രിയുടെ മുത്തച്ഛൻ. ബാല്യത്തിൽ തന്നെ പിതാവിനെ നഷ്ടപ്പെട്ട ദിമിത്രിയെ വളർത്തി വലുതാക്കിയത് അമ്മയായിരുന്നു (ക്ഷയരോഗബാധിതനായാണ് ദിമിത്രിയുടെ അച്ഛൻ മരിച്ചത്). അച്ഛനമ്മമാരുടെ പതിനേഴാമത്തേയും ഒടുവിലത്തേതുമായ സന്താനമായിരുന്നു ദിമിത്രി.

ശരിയായ വിദ്യാഭ്യാസം മകനു ലഭിക്കാനായി അമ്മ സൈബീരിയ വിട്ട് റഷ്യയിലെ പ്രമുഖനഗരമായ സെന്റ് പീറ്റേഴ്സ്ബെർഗിലെത്തി മകനെ അവിടത്തെ പെഡഗോഗിക്കൽ ഇൻസ്റ്റിറ്റ്യൂട്ടിൽ (Pedagogical Institute) ചേർത്തു. അവിടെവച്ച് ദിമിത്രി ഭൗതികവും രസതന്ത്രവും ഗണിതവും പഠിച്ച് ക്ലാസിൽ ഒന്നാമനായി വിജയിച്ചു. തുടർന്ന് ഉപരിപഠനം ഫ്രാൻസിലും ജർമനിയിലുമായിരുന്നു. തിരിച്ച് റഷ്യയിലെത്തി തന്റെ ഡോക്ടറൽ ബിരുദം നേടി. പിന്നീട് 1865–ൽ സെന്റ് പീറ്റേഴ്സ്ബെർഗ് സർവകലാശാലയിൽ പ്രൊഫസറായി.

എന്താണ് പീരിയോഡിക് പട്ടിക?

രാസമൂലകങ്ങളെ അവയുടെ അണുഭാരമനുസരിച്ച് ആരോഹണ ക്രമത്തിൽ അടുക്കിയാൽ എട്ടാമത്തെ മൂലകം ഒന്നാമത്തെ മൂലകവുമായി രാസപരമായി വലിയ സാദൃശ്യം കാണിക്കുന്നുവെന്ന് ന്യൂലൻഡ്സ് (Newlands) എന്ന ഇംഗ്ലീഷുകാരൻ നേരത്തെ കണ്ടുപിടിച്ചിരുന്നു. ഈ തത്വത്തെ അദ്ദേഹം സംഗീതത്തിലെ ഒക്ടേവുകളുമായി (Octaves) ഉപമിച്ച്, 'ഒക്ടേവ് നിയമം' (Law of Octaves) എന്നു വിളിച്ചു (സംഗീതത്തിൽ ആദ്യത്തേതിന്റെ ആവർത്തനമാണല്ലോ എട്ടാമത്തേത്). ഏതായാലും മെൻഡെലേഫ് വളരെ നിഷ്കൃഷ്ടമായ പഠനങ്ങൾ നടത്തി ഒരു പട്ടിക തയ്യാറാക്കി. ഇതിൽ വിലങ്ങനെയുള്ള (horizontal) പീരിയേഡുകളും (periods) കുത്തനെയുള്ള ഗ്രൂപ്പുകളും ഉണ്ടായിരുന്നു. ഒരേ ഗ്രൂപ്പിൽപ്പെടുന്ന മൂലകങ്ങൾക്കു രാസപരമായി വലിയ സാദൃശ്യങ്ങൾ കണ്ടു, അവയെ ഒരു 'കുടുംബം' (family) എന്നും വിളിച്ചു. അറിയപ്പെട്ടിരുന്ന മൂലകങ്ങളെ ഇങ്ങനെ അടുക്കിയപ്പോൾ, രാസസാധർമ്യത്തിനാണ് മുൻഗണന നൽകിയത്. അതിനാൽ പട്ടികയിലെ ചില സ്ഥാനങ്ങൾ ഒഴിഞ്ഞു കിടന്നു. നോക്കുക:

ഗ്രൂപ്പ്	1	2	3	4	5	6	7	?
	Li	Be	B	C	N	O	F	?
	Na	Mg	Al	Si	P	S	Cl	?
	K	Ca	?	?	As	Se	Br	?

ഈ ഒഴിഞ്ഞ സ്ഥാനങ്ങളിൽ വരേണ്ട മൂലകങ്ങൾ ഇനിയും കണ്ടുപിടിക്കാൻ ബാക്കി നിൽക്കുന്നവയാണെന്നും ഭാവിയിൽ അവ കണ്ടുപിടിക്കപ്പെടും എന്നും, ആത്മവിശ്വാസപൂർവ്വം മെൻഡെലീഫ് പ്രവചിച്ചു!

പ്രവചനം ശരിയായിരുന്നു!

1875–ൽ ഫ്രഞ്ചു ശാസ്ത്രജ്ഞനായ *ബ്വാബോദ്രാങ് (Boisbaudran)* അലുമിനിയത്തോടു സമാനതകളുള്ള, എന്നാൽ അണുഭാരം കൂടുതലുള്ള ഒരു മൂലകത്തെ വേർതിരിച്ചെടുത്തു (അലുമിനിയത്തിന്റെ അണുഭാരം = 27; പുതിയ മൂലകത്തിന്റേത് = 70) പുതിയ മൂലകം അലുമിനിയം പോലെ ഭൗതികമായും രാസപരമായും സാധർമ്യങ്ങൾ കാണിച്ചു. അതിന്

'ഗാലിയം' എന്ന പേരും നൽകി ഫ്രാൻസിന്റെ പഴയ ലത്തീൻഭാഷയിലുള്ള പേര് ഗാലിയ എന്നത്രെ). മെൻഡെലീഫിന്റെ പട്ടികയിലെ രണ്ടാം ഗ്രൂപ്പിൽ അലുമിനിയത്തിനു താഴെയുള്ള ഒഴിഞ്ഞകള്ളിയിൽ ഗാലിയം സ്ഥാനം പിടിച്ചു!

തുടർന്ന്, ജർമനിയിലെ വിങ്ക്ലെർ (Winkler) എന്ന ശാസ്ത്രജ്ഞൻ സിലിക്കണോടു നല്ല സാദൃശ്യമുള്ള, എന്നാൽ അണുഭാരം കൂടിയ, ഒരു മൂലകം കണ്ടുപിടിച്ചു. ജെർമാനിയം (Ge) എന്ന് അതിനു പേരിട്ടു. (അണുഭാരം Si = 28 Ge = 72.61), ഈ മൂലകം മെൻഡെലീഫിന്റെ പട്ടികയിൽ 4–ാം ഗ്രൂപ്പിൽ സിലിക്കണിന് താഴെ ഒഴിഞ്ഞു കിടന്ന സ്ഥാനത്തിന് അവകാശിയായി.

ഇപ്രകാരം പല പ്രവചനങ്ങളും ശരിയാണെന്ന് പിൽക്കാലത്ത് തെളിഞ്ഞതോടെ മെൻഡെലേഫ് രസതന്ത്രജ്ഞരുടെ ഇടയിൽ പ്രസിദ്ധനായി.

ആകാരസദൃശാപ്രജ്ഞാ......

ഗംഭീരാകാരനായിരുന്നു മെൻഡെലീഫ്. വടക്കൻ യൂറോപ്യന്മാരെ അപേക്ഷിച്ചു അൽപ്പം കുറവാണെങ്കിലും വേണ്ടത്ര പൊക്കം, വലിയ അരോഗദൃഢശരീരം, നിബിഡമായ താടി, നീണ്ട മുടി, തിളങ്ങുന്ന കണ്ണുകൾ! ഈ ആകാരത്തിനു സദൃശമായ പ്രജ്ഞയും (ബുദ്ധിശക്തിയും) മെൻഡെലേഫിനുണ്ടായിരുന്നു. 'ആ റഷ്യൻ ഭ്രാന്തൻ' എന്ന് ആദ്യകാലങ്ങളിൽ ആളുകൾ വിളിച്ചുവെങ്കിലും പിന്നീട് "ആ റഷ്യൻ പ്രവാചകൻ" (That Russian Prophet) എന്ന് അവർക്ക് തിരുത്തേണ്ടിവന്നു.

വിപ്ലവകാരി

മെൻഡെലേഫിൽ ഒരു വിപ്ലവകാരി കൂടി ഉണ്ടായിരുന്ന കാര്യം പലർക്കും അറിവുണ്ടായിരിക്കയില്ല. റഷ്യയിൽ സാർ (Czar) ചക്രവർത്തിമാർ സ്വേച്ഛാപരമായി മുഴുവൻ അധികാരവും കൈയടക്കിഭരിച്ചിരുന്ന അക്കാലത്ത് ഗവൺമെന്റിന്റെ കെടുതികളെ വിമർശിക്കാൻ മെൻഡെലേഫ് ധൈര്യം കാണിച്ചു. സ്ത്രീവിമോചനത്തിനു വേണ്ടിയും ദരിദ്ര ഗ്രാമീണർക്കു വേണ്ടിയും മെൻഡെലേഫ് ശബ്ദമുയർത്തി. വിദ്യാർഥികൾക്കു കൂടുതൽ സ്വാതന്ത്ര്യം നൽകണമെന്ന ആവശ്യം സെന്റ് പീറ്റേഴ്സ്ബെർഗ് സർവകലാശാല തിരസ്കരിച്ചപ്പോൾ, അവിടത്തെ പ്രൊഫസർഷിപ്പുപോലും വേണ്ടെന്നുവച്ച് രാജിസമർപ്പിച്ച ധീരനായിരുന്നു അദ്ദേഹം. മെൻഡെലേഫിന്റെ ആഗോള പ്രശസ്തിയെ ഭയന്നിട്ടാണ് സാർ ചക്രവർത്തി അദ്ദേഹത്തെ ഉപദ്രവിക്കാതിരുന്നത്.

അന്ത്യം

പ്രശസ്തിയുടെ കൊടുമുടിയിലായിരിക്കെത്തന്നെ, 1907–ൽ, തന്റെ 73–ാം വയസിൽ ന്യൂമോണിയ ബാധിച്ച് രസതന്ത്രത്തിലെ യുഗപുരുഷനായ മെൻഡെലേഫ് നിര്യാതനായി.

14

മാക്സ് പ്ലാങ്ക്
(Max Plank , 1858 - 1947)

ക്വാണ്ടം സിദ്ധാന്തത്തിന്റെ (Quantum Theory) ഉപജ്ഞാതാവായ, ലോക പ്രശസ്ത ഭൗതിക ശാസ്ത്രജ്ഞനാണ് മാക്സ് പ്ലാങ്ക് (ശരിയായ ജർമൻ ഉച്ചാരണം 'പ്ലങ്ക്' എന്ന് ദീർഘമില്ലാത്ത അകാരമുള്ളതാണ്) (Max Plank, 1858-1947).

പ്രകാശത്തിന്റെ നിസർഗസ്വഭാവമെന്ത്?

മനുഷ്യന് (homo sapiens) ചരിത്രാതീകകാലം മുതൽക്കുതന്നെ പ്രകാശം (വെളിച്ചം) ഒരു അത്ഭുതമായിരുന്നു. ആധുനിക ശാസ്ത്രയുഗം പിറന്നിട്ടും ഇതൊരു അത്ഭുതപ്രതിഭാസമായി തുടർന്നു. 'പ്രകാശം തരംഗമാണോ? ജലത്തിൽ കല്ലിട്ടാൽ ഉണ്ടാകുന്നതുപോലെയോ, ശബ്ദവീചികൾ അലയടിക്കുന്നതുപോലെയോ ഉള്ള തരംഗമാണോ പ്രകാശം? അതോ, കണികാസ്വഭാവമാണോ പ്രകാശത്തിനുള്ളത്? വെടിയുണ്ടകൾ തോക്കിൽ നിന്നും ചീറിപ്പായുന്നതുപോലെയുള്ള 'കണികകളുടെ ഒരു പ്രവാഹം' ആണോ പ്രകാശം?' ന്യൂട്ടൺ വിശ്വസിച്ചിരുന്നത് കണികകളായാണ് പ്രകാശം പ്രസരിക്കു

മാക്സ് പ്ലാങ്ക്

ന്നത് എന്നായിരുന്നു. നിഴലുകൾ ഉണ്ടാകുന്നത്, ഋജുരേഖയിൽക്കൂടി മാത്രം പ്രകാശം സഞ്ചരിക്കുന്നത് ഇങ്ങനെ പല പ്രകാശഗുണധർമങ്ങളും ന്യൂട്ടന്റെ കണികാ സിദ്ധാന്തത്തിന് (Corpuscular theory of light) സഹായകമായി. അതിനാൽ 17, 18 നൂറ്റാണ്ടുകളിൽ കണികാസിദ്ധാന്തം പരക്കെ അംഗീകൃതമായി. ന്യൂട്ടന്റെ സ്വാധീനവും ഇതിനുപുറകിലുണ്ടായിരുന്നു.

എന്നാൽ ബ്രിട്ടീഷ് ശാസ്ത്രജ്ഞനായ യങ് (Young, 1773-1829) 'അവകലനം' (Interference) എന്ന പ്രകാശപ്രതിഭാസം കണ്ടുപിടിച്ചു (അതിന് എത്രയോ മുമ്പുതന്നെ ഡച്ച് ശാസ്ത്രജ്ഞനായ ഹ്യൂഗെൻസ് (Huygens, 1629-1695) പ്രകാശം തരംഗസ്വഭാവിയാണെന്നു വാദിച്ചിരുന്നുവെങ്കിലും, സമകാലീനനും പ്രബലനുമായ ന്യൂട്ടന്റെ സ്വാധീനം മൂലം ഹ്യൂഗെൻസിന്റെ തരംഗസിദ്ധാന്തം ഏതാണ്ടു തമസ്കരിക്കപ്പെട്ടു). ഏതായാലും യങ്ങിന്റെ 'അവകലനം' എന്ന പ്രതിഭാസം വ്യാഖ്യാനിക്കാൻ ന്യൂട്ടന്റെ കണികാസിദ്ധാന്തം തീരെ അപര്യാപ്തമാണെന്നും, ഹ്യൂഗെൻസിന്റെ തരംഗസിദ്ധാന്തത്തിന് എളുപ്പത്തിൽ അവകലനവ്യാഖ്യാനം സാധ്യമാണെന്നും വന്നതോടെ, കണികാസിദ്ധാന്തം ഉപേക്ഷിക്കപ്പെടുകയും തരംഗസിദ്ധാന്തം അംഗീകരിക്കപ്പെടുകയും ചെയ്തു. 19–ാം നൂറ്റാണ്ടിൽ അങ്ങനെ ഭൗതിക ശാസ്ത്രജ്ഞർ പ്രകാശത്തിന്റെ സ്വഭാവം തരംഗമാണെന്നു വിശ്വസിച്ചു.

ഈ സന്ദർഭത്തിൽ, ഇരുപതാംനൂറ്റാണ്ടിന്റെ പുലരിയിൽ, മാക്സ് പ്ലാങ്ക് ഊർജത്തിന്റെ ചെറിയ പാക്കറ്റുകളായിട്ടാണ് (packets of energy) പ്രകാശം പ്രസരിക്കുന്നത് എന്നു കണ്ടുപിടിച്ചു. അപ്പോൾ ഈ പുതിയ സിദ്ധാന്തം ന്യൂട്ടന്റെ കണികാസിദ്ധാന്തത്തിന്റെ പുനരവതാരമാണോ? ഭൗതിക ശാസ്ത്രചിന്തകർ ആകെ ആശയക്കുഴപ്പത്തിലായി.

ക്വാണ്ടം സിദ്ധാന്തം

1900–ാമാണ്ടിൽ, മാക്സ് പ്ലാങ്ക് അവതരിപ്പിച്ച ക്വാണ്ടം സിദ്ധാന്തത്തിന്റെ മൗലികതത്വങ്ങൾ ഇനി പറയാം:

1. പ്രകാശം (മറ്റെല്ലാത്തരം വിദ്യുത്–കാന്തികവികിരണങ്ങളേയും പോലെ തന്നെ) ചെറിയ ഊർജപാക്കറ്റുകളായിട്ടാണ് ഉത്സർജിക്കപ്പെടുന്നതും (emission) അവശേഷിക്കപ്പെടുന്നതും (absorption)
2. ഇത്തരം ഊർജപാക്കറ്റുകൾക്ക് 'ക്വാണ്ടം' (Quantum) എന്നു പേർ. ബഹുവചനം 'ക്വാണ്ട' (quanta).
3. ഒരു ക്വാണ്ടത്തിന്റെ ഊർജം ആ വികിരണത്തിന്റെ ആവൃത്തിയുമായി ആനുപാതികമത്രെ.

$$E = hn$$

ഇതാണ് പ്രസിദ്ധമായ പ്ലാങ്ക് സമവാക്യം. ഇവിടെ E = ക്വാണ്ടത്തിന്റെ ഊർജ്ജം, n = ആവൃത്തി, h = പ്ലാങ്ക് സ്ഥിരാങ്കം.

ആശയക്കുഴപ്പം വീണ്ടും നിലനിൽക്കുന്നു. എങ്ങനെയെന്നോ?

'ആവൃത്തി' (frequency) എന്നത് ഒരു തരംഗ സ്വഭാവമത്രെ. വേഗതയെ തരംഗദൈർഘ്യം (അലനീളം, Wave length) കൊണ്ടു ഹരിച്ചാൽ കിട്ടുന്നതാണ് ആവൃത്തി.

$$n = \frac{c}{l}$$

ഇവിടെ C = പ്രകാശത്തിന്റെ വേഗം, l = അലനീളം. അപ്പോൾ ആവൃത്തിയെപ്പറ്റി നാം പറയുമ്പോൾ പ്രകാശത്തിന്റെ തരംഗസ്വഭാവത്തെ അംഗീകരിക്കുന്നു എന്നർഥം!

എന്നാൽ ഊർജ 'പാക്കറ്റു'കളായാണ് പ്രകാശം പ്രസരിക്കുന്നത് എന്ന് ക്വാണ്ടം സിദ്ധാന്തം പറയുന്നുവല്ലോ. പാക്കറ്റുകൾ എന്നാൽ വേറിട്ടുള്ളവ (വ്യതിരിക്തങ്ങൾ) ആണ്; അതായത് കണികാസ്വഭാവമുള്ളവ!

അപ്പോൾ പ്രകാശത്തിന്റെ സ്വഭാവം യഥാർഥത്തിൽ എന്താണ്? കണികയോ തരംഗമോ? ഇതു രണ്ടും ഉണ്ട്, രണ്ടും പ്രകാശസ്വഭാവങ്ങളാണ് എന്ന് കണ്ടുപിടിച്ചത് മഹാശാസ്ത്രജ്ഞനായ ലൂയി ദ് ബ്രോയ് (Louis de Broglie) എന്ന ഫ്രഞ്ച് ഭൗതികജ്ഞനായിരുന്നു. ദ് ബ്രോയുടെ ദ്വൈത സിദ്ധാന്തം (De Broglie's Dualistic Theory) എന്ന് ഈ വീക്ഷണം അറിയപ്പെടുന്നു. പ്രകാശം കണികയുടെ ഗുണധർമങ്ങൾ പ്രദർശിപ്പിക്കുമ്പോൾ (ഉദാ: നേർവരയിലൂടെ മാത്രം സഞ്ചരിക്കൽ) അത് കണികയാണെന്നും, തരംഗസ്വഭാവധർമങ്ങൾ (ഉദാ: അവകലനം, വിഭംഗനം) കാണിക്കുമ്പോൾ തരംഗമാണെന്നും ആധുനികഭൗതിക ശാസ്ത്രജ്ഞന്മാർ വിലയിരുത്തുന്നു (കൂടുതൽ സങ്കീർണങ്ങളായ സൈദ്ധാന്തിക ചർച്ചകൾ ഈ പുസ്തകത്തിന്റെ ഉദ്ദിഷ്ടപരിധിക്കു പുറത്താണ്!).

ക്വാണ്ടം സിദ്ധാന്തത്തിന്റെ പ്രസക്തിയും പ്രയോഗവും

ഫിസിക്സാകെയെടുത്താലും ഏറ്റവും ഗാഢസ്പർശിയായ ഒരു സിദ്ധാന്തമായി ക്വാണ്ടം സിദ്ധാന്തം പടർന്ന് പന്തലിച്ചു നിൽക്കുകയാണ്. 'ഏറ്റവും വിജയിച്ച ഭൗതികസിദ്ധാന്തം' (The most successful theory in physics) എന്ന കീർത്തിയുമുണ്ട് ക്വാണ്ടം സിദ്ധാന്തത്തിന്! കമ്പ്യൂട്ടർ, ലേസർ, റഡാർ, ടെലിവിഷൻ മുതലായവയിലെല്ലാം ക്വാണ്ടം സിദ്ധാന്തത്തിന്റെ പ്രായോഗികവശം സാങ്കേതികശാസ്ത്രജ്ഞർ അംഗീകരിക്കുന്നു. ക്വാണ്ടം സിദ്ധാന്തത്തിന്റെ അടിത്തറയില്ലെങ്കിൽ ഇപ്പറഞ്ഞ നിത്യജീവിത ഉപകരണങ്ങളൊന്നും തന്നെ ആവിഷ്കരിക്കാൻ പറ്റുമായിരുന്നില്ല.

ആത്മവിശ്വാസക്കുറവ്

'ശ്യാമവസ്തുവികിരണം' (Black body Radiation) എന്ന പ്രതിഭാസത്തെപ്പറ്റി പഠിക്കവേയാണ് പ്ലാങ്ക് ആ പ്രതിഭാസം വ്യാഖ്യാനിക്കാനായി തന്റെ ക്വാണ്ടം സിദ്ധാന്തം ആവിഷ്കരിച്ചത്. ഭൗതികത്തിലെ പല ദൃഢവിശ്വാസപ്രമാണങ്ങളെയും മാറ്റിമറിച്ച തന്റെ സിദ്ധാന്തം ഒരു ശാസ്ത്ര

ലേഖനമായി പ്രസിദ്ധീകരിക്കാൻ ആദ്യമാദ്യം പ്ലാങ്ക് മടി കാണിച്ചുവത്രെ! 1900–ൽ തന്റെ സിദ്ധാന്തം ലോകസമക്ഷം അവതരിപ്പിച്ചശേഷവും അതിനെപ്പറ്റി വലിയ 'മേന്മ പറയാ'നൊന്നും പ്ലാങ്ക് തയ്യാറായില്ല. 1905–ൽ പ്രകാശവൈദ്യുത പ്രഭാവം (photo electric effect) വ്യാഖ്യാനിക്കാൻ പ്ലാങ്കിന്റെ ക്വാണ്ടംസിദ്ധാന്തം ഐൻസ്റ്റൈൻ ഉപയോഗിച്ചതോടെയാണ് ഈ സിദ്ധാന്തത്തിനും മാക്സ് പ്ലാങ്കിനുതന്നെയും പ്രശസ്തി കൈവന്നത്. പിന്നീട് നീൽസ് ബോർ തന്റെ അണുസ്പെക്ട്രവ്യാഖ്യാനത്തിന് ക്വാണ്ടം സിദ്ധാന്തം അവശ്യവും അനുപേക്ഷണീയവുമാണെന്നു കണ്ടെത്തിയതോടെയാണ്, ക്വാണ്ടംസിദ്ധാന്തം ഭൗതികശാസ്ത്രത്തിൽ സ്ഥിരപ്രതിഷ്ഠ നേടിയത്.

ജീവിതരേഖ

ഉത്തരജർമനിയിലെ കീൽ (Kiel) എന്ന നഗരത്തിലാണ് മാക്സ് പ്ലാങ്ക് ജനിച്ചത് (23 ഏപ്രിൽ 1858) 1867–ൽ മാക്സിന് ഒൻപതു വയസ്സായപ്പോൾ കുടുംബം തെക്കൻ ജർമനിയിലെ പുകൾപെറ്റ നഗരമായ മ്യൂണിച്ചിലേക്ക് (Munich; ജർമൻ ഭാഷയിൽ മ്യൂൻഖെൻ Muenchen) താമസം മാറ്റി. ഉപരിപഠനം ആദ്യം മ്യൂണിച്ചിലും പിന്നീട് ബെർലിനിലുമായിരുന്നു. 1879–ൽ ഡോക്ടറേറ്റ് ബിരുദം നേടി. ഒരു ജോലി കിട്ടാൻ മാക്സ് പ്ലാങ്ക് വളരെയേറെ ബുദ്ധിമുട്ടി എന്ന കാര്യം നമുക്കിന്ന് അവിശ്വസനീയമായി തോന്നിയേക്കാം; പക്ഷേ ആരും പ്ലാങ്കിനെ സഹായിച്ചില്ല. പടിവാതിലുകൾ അടഞ്ഞു തന്നെ കിടന്നു!

ഒടുവിൽ 1885 ലാണ് ജോലി കിട്ടിയത്—കീൽ സർവകലാശാലയിൽ. 1889–ൽ ബർലിൻ സർവകലാശാലയിൽ സൈദ്ധാന്തിക ഭൗതികത്തിന്റെ അസോസിയേറ്റ് പ്രൊഫസറായി; 1892–ൽ പ്രൊഫസറുമായി (full Professor). പിന്നീട് 70 വയസ്സുവരെ, അതായത് 1928 വരെ അവിടെത്തന്നെ സേവനം അനുഷ്ഠിച്ചു.

സൗഭാഗ്യപൂർണമായിരുന്നില്ല പ്ലാങ്കിന്റെ ജീവിതം. തുടരെത്തുടരെ ദുരന്തങ്ങൾ വന്നുകൊണ്ടിരുന്നു. ആദ്യഭാര്യ 1909–ൽ നിര്യാതയായി. നാലു കുട്ടികൾ ആ വിവാഹത്തിലുണ്ടായി; രണ്ടാമത്തെ ഭാര്യയിൽ മൂന്നു കുട്ടികളും. പക്ഷേ ഈ ഏഴു സന്താനങ്ങളിൽ ചിലർ ശൈശവത്തിൽതന്നെ മരിച്ചു. മൂത്തപുത്രൻ കാർൽ 1916–ൽ ഒന്നാം ലോകമഹായുദ്ധത്തിൽ പട്ടാളക്കാരനായി സേവനമനുഷ്ഠിക്കവേ മരണമടഞ്ഞു. അവസാനം എർവിൻ പ്ലാങ്ക് മാത്രമാണ് പ്ലാങ്കിന്റെ 7 കുട്ടികളിൽ അവശേഷിച്ചത്. എർവിന്റെ ദുരന്തകഥ കേൾക്കുക:

എർവിൻ പ്ലാങ്കിന്റെ ദുരന്തകഥ

മാക്സ് പ്ലാങ്ക് അതീവ ധീരനായ ഒരു പുരുഷ പുംഗവനായിരുന്നു. 1933–ൽ, സർവാധിപതിയായ അഡോൾഫ് ഹിറ്റ്ലറുടെ നയങ്ങളെ പ്ലാങ്ക് പരസ്യമായി വിമർശിച്ചു. ഇതിൽ കുപിതനായ ഹിറ്റ്ലർ തന്റെ "നാസി"

കക്ഷിയുടെ തത്വശാസ്ത്രത്തേയും യഹൂദവർഗോന്മൂലന പരിപാടിയേയും പിൻതാങ്ങുന്ന ഒരു രേഖയിൽ ഒപ്പുവയ്ക്കാൻ മാക്സ് പ്ലാങ്കിനെ നിർബ ന്ധിച്ചു.

അന്ന് നിർബന്ധിത സൈനിക സേവനം അനുസരിച്ച് എർവിൻ പ്ലാങ്ക് ഹിറ്റ്ലറുടെ നാസിപ്പടയിൽ ഒരു പട്ടാളക്കാരനായി റിക്രൂട്ട് ചെയ്യപ്പെട്ടിരു ന്നു. അച്ഛൻ മാക്സ് പ്ലാങ്ക് നാസികളുടെ ക്രൂരനയങ്ങളെ പിൻതാങ്ങി ഒപ്പിട്ടില്ലെങ്കിൽ, മകൻ എർവിനെ വധിക്കുമെന്നായിരുന്നു ഹിറ്റ്ലറുടെ ഭീഷണി.

ഗംഭീരാശയനായ, അത്യന്തധീരനായ മാക്സ് പ്ലാങ്ക് വഴങ്ങിയില്ല. ഹിറ്റ്ലർ വാക്കു പാലിച്ചു! തനിക്കെതിരെ ഒരു സായുധകലാപത്തിന് സൈന്യത്തിലെ ഒരു വിഭാഗത്തെ പ്രേരിപ്പിച്ചു എന്ന വ്യാജമായ കുറ്റം ചുമത്തി എർവിൻ പ്ലാങ്കിനെ ഹിറ്റ്ലർ വെടിവച്ചുകൊന്നു.

“ഒരു ഒപ്പിട്ടു കൊടുത്തിരുന്നുവെങ്കിൽ മകന്റെ ജീവൻ രക്ഷിക്കാമാ യിരുന്നില്ലേ?” എന്ന് പിന്നീട് ചിലർ മാക്സ് പ്ലാങ്കിനോട് ചോദിച്ചപ്പോൾ ആ മഹാപുരുഷൻ ഇങ്ങനെ മറുപടി പറഞ്ഞുവത്രെ:

“ഇല്ല, എർവിന്റെ ജീവൻ നിലനിർത്താൻ കഴിയുമായിരുന്നില്ല. ഹിറ്റ്ലറെ അനുകൂലിച്ച് ഞാൻ ഒപ്പിട്ടിരുന്നു എങ്കിൽ, ഭീരുവായ പിതാവി നെപ്പറ്റി ലജ്ജയും അവമാനവും മൂലം അവൻ ആത്മഹത്യ ചെയ്യുമായി രുന്നു. ഇപ്പോൾ അവൻ അഭിമാനത്തോടെ തലയുയർത്തിപ്പിടിച്ചാണ് മര ണത്തെ നേരിട്ടത്!”

ഇവിടെ മാക്സ് പ്ലാങ്ക് ഒരു ഇതിഹാസപുരുഷന്റെ പരിവേഷം അണി യുന്നു! മഹാനായ ശാസ്ത്രജ്ഞൻ, ധീരനായ പുരുഷശ്രേഷ്ഠൻ!

15

ഇവാൻ പെട്രോവിച്ച് പാവ്‌ലോവ്
(Ivan Petrovich Pavlov , 1849 - 1936)

അസോഷിയേറ്റ് പ്രൊഫസറായി സേവനം അനുഷ്ഠിക്കവേ, ഇവാൻ പെട്രോവിച്ച് പാവ്‌ലോവ് (Ivan Petorvich Pavlov) എന്ന ജന്തുശാസ്ത്രജ്ഞൻ പൂർണ്ണ(full) പ്രൊഫസർഷിപ്പിനു സെന്റ് പീറ്റേഴ്സ് ബെർഗ് സർവ്വകലാശാലാ അധികൃതർക്ക് അപേക്ഷ അയച്ചു. ഈ അപേക്ഷ സർവകലാശാല ആദ്യം നിരസിക്കുകയാണുണ്ടായത് (1886). അന്നത്തെ ജോലി കഴിഞ്ഞ് വീട്ടിലെത്തിയ പാവ്‌ലോവിനോട് ഭാര്യ പറഞ്ഞു: "വർധിച്ചുവരുന്ന നമ്മുടെ കുടുംബാവശ്യങ്ങൾക്ക് ഫുൾ പ്രൊഫസർഷിപ്പിന്റെ കൂടിയ ശമ്പളം ആവശ്യമായിരുന്നു. നിങ്ങൾ വേണ്ടത്ര അതിനു ശ്രമിക്കാതെ അവസരം കളഞ്ഞു കുളിച്ചു!" മറുപടിയായി പാവ്‌ലോവ് ഇപ്രകാരമാണ് പറഞ്ഞത്. "എന്നെ വെറുതെ വിടൂ. ഒരു യഥാർഥ ദുരന്തം സംഭവിച്ചുകഴിഞ്ഞു. പരീക്ഷണശാലയിൽ ഞാൻ പരിപാലിച്ചിരുന്ന ചിത്രശലഭങ്ങളെല്ലാം ചത്തുപോയി! അതിനിടയ്ക്കാണ് നിന്റെ ഇത്തരം കൊച്ചുകാര്യങ്ങളെപ്പറ്റിയുള്ള വേവലാതിയും ആവലാതിയുമെല്ലാം!"

ഇവാൻ പെട്രോവിച്ച് പാവ്‌ലോവ്

അതെ, അതായിരുന്നു പാവ്‌ലോവ്. 'പരീക്ഷണപരമായ ജന്തുശാസ്ത്രത്തിന്റെ ആചാര്യൻ' (Professor of experimental zoology) ആയിരുന്ന പാവ്‌ലോവിന് പരീക്ഷണശാലയായിരുന്നു ഏറ്റവും വലുത്. ഉദ്യോഗക്കയറ്റവും വീട്ടുകാര്യങ്ങളുമെല്ലാം അപ്രധാനങ്ങളായ കാര്യങ്ങളായിരുന്നു!

അനുകൂലിത പ്രതിപ്രവർത്തനം (Conditioned reflex)

പ്രൊഫസർ പാവ്‌ലോവിന്റെ ഏറ്റവും പ്രശസ്തമായ സംഭാവനയാണ് കൺഡീഷൻഡ് റിഫ്ളക്സിനെ (Conditioned reflex) പ്പറ്റിയുള്ള പഠനം. ചുരുക്കത്തിൽ അത് ഇങ്ങനെ വിവരിക്കാം.

ഒരു പട്ടിയുടെ മുമ്പിൽ അതിന് ഇഷ്ടമുള്ള ഭക്ഷണം വച്ചുകൊടുത്താൽ അതിന്റെ വായിൽ ഉമിനീർ കൂടുതലായി ഉണ്ടാകുന്നു. ('വായിൽ വെള്ളമൂറുന്നു.') ഭക്ഷണം നൽകുന്നതിന് തൊട്ടുമുമ്പ്, ഒരു മണികിലുക്കി നോക്കി [മണികിലുക്കവും ഭക്ഷണവും തമ്മിൽ യഥാർഥത്തിൽ ബന്ധമൊന്നുമില്ലല്ലോ. മണികിലുക്കത്തെ പാവ്‌ലോവിയൻ സാങ്കേതികഭാഷയിൽ 'നിരർത്ഥക ചോദനം' (meaningless stimulus) എന്നും ഭക്ഷണപദാർഥം കാണുമ്പോഴുണ്ടാകുന്ന ചോദനത്തെ 'സാർഥകചോദനം' (meaningful stimulus) എന്നും പറയുന്നു]. ഈ മണികിലുക്കൽ, നായയ്ക്ക് ഭക്ഷണം നൽകുമ്പോഴെല്ലാം ആവർത്തിച്ചുകൊണ്ടിരുന്നു.

ഒടുവിൽ ഭക്ഷണം മുമ്പിൽ വച്ചു കാണിച്ചില്ലെങ്കിൽത്തന്നെയും, മണികിലുക്കിയാൽ മാത്രം മതി, പട്ടിയുടെ വായിൽ ഉമിനീർപ്രവാഹമുണ്ടാകുകയായി! അതായത് പട്ടിയുടെ തലച്ചോറിൽ 'മണികിലുക്കം കേട്ടാൽ ഭക്ഷണം കിട്ടും' എന്ന ആശയം രൂഢമൂലമായി, അതാണ് 'അനുകൂലിത പ്രതിപ്രവർത്തനം.' ദൂരവ്യാപകമായ, മനഃശാസ്ത്രപരമായ, പ്രാധാന്യങ്ങൾ ഈ കണ്ടുപിടിത്തത്തിനുണ്ട്.

മറ്റ് സംഭാവനകൾ

ദഹനപ്രക്രിയ (digention)യെപ്പറ്റി അവഗാഢമായ പരീക്ഷണങ്ങളാണ് പാവ്‌ലോവ് നടത്തിയത്. മൃഗശസ്ത്രക്രിയയിൽ വിദഗ്ധനായിരുന്ന അദ്ദേഹം പട്ടികളുടെ ദഹനപ്രക്രിയയിൽ നാഡീവ്യൂഹത്തിന് (nervous system) വലിയ പങ്കുണ്ടെന്നു തെളിയിച്ചു. 'ദഹനഗ്രന്ഥികളുടെ പ്രവർത്തനം' (The work of digestive gland) എന്ന ഒരു മോണോഗ്രാഫ് (ഒരു വിഷയത്തെപ്പറ്റി അവഗാഢപഠനം നടത്തി എഴുതുന്ന ആധികാരിക ശാസ്ത്രഗ്രന്ഥം) 1897–ൽ എഴുതി. തന്റെ ദഹനഗ്രന്ഥി —നാഡീവ്യൂഹ ബന്ധത്തെപ്പറ്റിയും മറ്റുമുള്ള ഗവേഷണങ്ങളുടെ അംഗീകാരമായിട്ടാണ് 1904–ൽ പാവ്‌ലോവിന് നോബൽ സമ്മാനം ലഭിച്ചത്.

ജീവിതരേഖ

റഷ്യയിൽ മോസ്കോയ്ക്കു സമീപമുള്ള ചെറുഗ്രാമമായ റിയാസാ

നിലാണ് (Ryasan) ഇവാൻ പെട്രോവിച്ച് പാവ്ലോവ് ജനിച്ചത് (1849). അച്ഛൻ ദരിദ്രനായ ഒരു ഓർത്തഡോക്സ് വൈദികനായിരുന്നു. മകനേയും ഒരു വൈദികനാക്കാനാണ് അദ്ദേഹം ആഗ്രഹിച്ചത്. അതനുസരിച്ച് ആദ്യം പാവ്ലോവ് വൈദികപഠനം നടത്തി. പക്ഷേ കളികളിലും കായികവിനോദങ്ങളിലുമായിരുന്നു ഊർജസ്വലനായ ഇവാൻ പെട്രോവിച്ചിനു താൽപ്പര്യം. സെമിനാരിയിൽ പഠിക്കുമ്പോഴാണ് ചാൾസ് ഡാർവിന്റെ പരിണാമ'വാദ'ത്തെപ്പറ്റി അറിയാനും (അന്ന് അതൊരു 'വാദം' എന്നാണ് അറിയപ്പെട്ടിരുന്നത്, 'സിദ്ധാന്തം' എന്നല്ല.) *Origin of species* എന്ന ഗ്രന്ഥം വായിക്കാനും ഇടയായത്. വൈദികപഠനമുപേക്ഷിച്ച് ജീവശാസ്ത്രപഠനത്തിലേക്കു നമ്മുടെ കഥാനായകൻ അങ്ങനെയാണ് വഴിമാറിയെത്തിയത്!

സെന്റ് പീറ്റേഴ്സ്ബെർഗ് സർവകലാശാലയിലായിരുന്നു ജീവശാസ്ത്രപഠനം. മുയലുകളുടെ ആഗ്നേയഗ്രന്ഥി (പാൻക്രിയാസ്)യെപ്പറ്റിയായിരുന്നു ആദ്യകാല ഗവേഷണം.

കറയറ്റ ഒരു സ്വരാജ്യ സ്നേഹിയായിരുന്നു പാവ്ലോവ്. മഹാനായ മാർക്സിസ്റ്റ് ശാസ്ത്രജ്ഞൻ എന്ന് റഷ്യയും ശരീരധർമ്മശാസ്ത്രജ്ഞരുടെ കുലപതി എന്ന് ശാസ്ത്രലോകമാകെയും അദ്ദേഹത്തെ ആദരിച്ചു.

16

മദാം മാരീക്യൂറി

(Madam Marie Curie , 1867 - 1934)

റേഡിയം (Radium) എന്ന അത്ഭുതലോഹം വേർതിരിച്ചെടുക്കുക എന്ന അതിദുഷ്കരമായ കാര്യം വിജയപൂർവം സാധിച്ച മഹാശാസ്ത്ര ജ്ഞയായ മദാം മാരീ ക്യൂറി (—ശരിയായ ഫ്രഞ്ച് ഉച്ചാരണം ഇതാണ്— ആംഗലീകൃത ഉച്ചാരണമാണ് മാഡം മേരീ ക്യൂറി എന്നത്-- (Madame Marie Curie, 1867 - 1934). ശാസ്ത്രരംഗത്തെ ഒരത്ഭുത പ്രതി ഭയാണ്. റേഡിയോ ആക്ടീവത ശക്തിയായി പ്രദർശിപ്പിക്കുന്ന ഈ ലോഹം വേർതിരിച്ചെടുത്ത പ്രക്രി യയ്ക്ക് അവർക്ക് വേണമെങ്കിൽ ബൗദ്ധിക സ്വത്തവകാശം (patent) സ്ഥാപിച്ചെടുക്കാമായിരുന്നു. അവ രതു ചെയ്തില്ല; പിന്നെയോ തന്റെ കണ്ടുപിടിത്തം ഏറ്റവും അധികം ആളുകൾ സ്വതന്ത്രമായി ഉപയോ ഗിക്കട്ടെ എന്ന ശ്രേഷ്ഠമായ തീരു മാനം കൈക്കൊള്ളുകയാണുണ്ടാ യത്.

മദാം മാരീക്യൂറി

റേഡിയം വേർതിരിച്ചെടുക്കൽ

ഹെൻറി ബെക്വെറെൽ (ആങ്റി ബെക്കെറൈൽ എന്ന് ഫ്രഞ്ച് ഉച്ചാ രണം, Henri Bequerel, 1852 – 1908) എന്ന ഫ്രഞ്ച് ശാസ്ത്രജ്ഞനാണ് 1896–ൽ റേഡിയോ ആക്ടീവത (radio activity) എന്ന പ്രതിഭാസം ആദ്യ

മായി കണ്ടുപിടിച്ചത്.'പിച്ച് ബ്ലെൻഡ്' (pitch blende) എന്ന യുറേനിയം അയിരിന് (ore), കട്ടിയുള്ള കറുത്ത കടലാസിൽ ഭദ്രമായി പൊതിഞ്ഞു വച്ച ഫോട്ടോഗ്രാഫിക് പ്ലേറ്റിനെ, തുളച്ചുകയറി ചീത്തയാക്കാൻ (spoil) കഴിവുള്ളതായി അദ്ദേഹം നിരീക്ഷിച്ചു. പക്ഷേ ശുദ്ധയുറേനിയം ലവണങ്ങളേക്കാൾ ഈ ശക്തി അസംസ്കൃത പിച്ച് ബ്ലെൻഡിനുണ്ടെന്ന് മദാം ക്യൂറി കണ്ടെത്തി. ഇതിനർഥം, പിച്ച് ബ്ലെൻഡ് എന്ന അയിരിൽ യുറേനിയത്തേക്കാൾ ശക്തമായ റേഡിയോ ആക്ടീവതയുള്ള മറ്റേതോ മൂലകമുണ്ടെന്ന് മാരീ ക്യൂറി മനസ്സിലാക്കി. പിന്നീടങ്ങോട്ട് ഈ അത്ഭുത ലോഹം അയിരിൽ നിന്ന് വേർതിരിച്ചെടുക്കാനുള്ള അശ്രാന്തപരിശ്രമമായിരുന്നു. ടൺകണക്കിന് ഭാരമുള്ള പിച്ച് ബ്ലെൻഡ് കൂമ്പാരങ്ങളാണ് ഇതിനായി മദാം ക്യൂറി ശുദ്ധീകരിച്ചത്! നാലുവർഷത്തെ നടുവൊടിക്കുന്ന ശാരീരികാധ്വാനത്തിനുശേഷം പിച്ച് ബ്ലെൻഡിൽനിന്നു രണ്ടു പുതിയ മൂലകങ്ങൾ മാരിയും ഭർത്താവായിരുന്ന പിയേർ ക്യൂറിയും (Pierre Curie) വേർതിരിച്ചെടുത്തു. ഇവയ്ക്കു പൊളോണിയം (Pollonium), റേഡിയം (radium) എന്നിങ്ങനെ പേരുമിട്ടു. പത്തുലക്ഷത്തിലൊരംശം എന്ന തോതിലാണ് പിച്ച് ബ്ലെൻഡ് അയിരിൽ റേഡിയം ഉള്ളത് എന്നറിയുമ്പോഴാണ് ക്യൂറി ദമ്പതികളുടെ ഭഗീരഥ പ്രയത്നത്തിന്റെ ആഴം നാം മനസ്സിലാക്കുന്നത്. ഈ കണ്ടുപിടിത്തങ്ങൾക്കായി ക്യൂറീ ദമ്പതികളും, മുമ്പേതന്നെ റേഡിയോ ആക്ടീവത കണ്ടുപിടിച്ച ആങ്റീ ബെക്കെറെലും 1903–ലെ ഫിസിക്സിനുള്ള നോബൽ സമ്മാനം പങ്കിട്ടു.

ജീവിതരേഖ

പോളണ്ടിൽ (Poland) വാർസാ (Warsaw) നഗരത്തിലാണ് മാരിയ സ്കളോദോവ്സ്ക (Marja Sklodowska – ഇതാണ് യഥാർഥ പോളിഷ് നാമധേയം)എന്ന മദാം ക്യൂറി ജനിച്ചത്. അച്ഛൻ ഒരു ഫിസിക്സ് അധ്യാപകനായിരുന്നു; അമ്മയാകട്ടെ സ്വന്തമായി ഒരു ചെറിയ പെൺപള്ളിക്കൂടം നടത്തിയിരുന്നു. അക്കാലത്ത് പോളണ്ട് റഷ്യയുടെ സാമന്തരാജ്യം പോലെയായിരുന്നതിനാൽ, റഷ്യൻഭാഷയുടെ മേൽക്കോയ്മ പോളിഷ് ഭാഷയ്ക്കുമേൽ അടിച്ചേൽപ്പിക്കപ്പെട്ടിരുന്നു. ഇതിൽ പ്രതിഷേധിച്ചതിനാൽ മാരിയയുടെ അച്ഛന് പല അവഗണനകളും നേരിടേണ്ടി വന്നിരുന്നു.

ഈ ബുദ്ധിമുട്ടുകൾക്കിടയിലും പഠിക്കാൻ അതീവ ബുദ്ധിമതിയായിരുന്ന മാരിയ മെട്രിക്കുലേഷൻ ജയിച്ചു. "നിനക്കിനി എന്തു പഠിക്കാനാണാഗ്രഹം, മാരിയാ?" എന്നു ചോദിച്ചപ്പോൾ തനിക്കു പാരീസിൽ പോയി ഉപരിപഠനം നടത്തണം എന്നാണവൾ മറുപടി പറഞ്ഞത്.

ഫ്രാൻസിന്റെ തലസ്ഥാനവും ലോകത്തിന്റെ തന്നെ ശാസ്ത്രപഠന കേന്ദ്രവുമായിരുന്ന പാരീസിൽ, പോളണ്ടിലെ ഒരു കുട്ടി പോയി പഠിച്ചാൽ വമ്പിച്ച സാമ്പത്തിക ബാധ്യത നേരിടേണ്ടിവരുമായിരുന്നു. മാത്രമല്ല, മാരിയയെപ്പോലെ തന്നെ ബുദ്ധിമതിയായിരുന്ന ചേച്ചി ബ്രോണിയ (Bronya)യ്ക്കും ഇതുതന്നെയായിരുന്നു ആഗ്രഹം. ഒരാളുടെ പഠനം നട

ത്താൻപോലും ബുദ്ധിമുട്ടുള്ളപ്പോൾ രണ്ടുപേരെ എങ്ങനെ പാരീസില യച്ചു പഠിപ്പിക്കും? മാരിയ തന്നെ അതിനു പോംവഴി കണ്ടു. "ആദ്യം ചേച്ചി തന്നെ പോയി പഠിക്കട്ടെ. അഞ്ചുകൊല്ലം കൊണ്ട് ബ്രോണിയ ഡോക്ടറാകും. അതുവരെ ഞാൻ ജോലിയെടുത്തു അവളെ സഹായി ക്കാം. പിന്നെ ഞാൻ പഠനം നടത്തും, ബ്രോണിയ എന്നെ സഹായി ക്കട്ടെ." സഹോദരിമാരുടെ നിശ്ചയം പോലെ, പരസ്പരം സഹായിച്ച് രണ്ടുപേരും പാരീസിൽ പഠനം പൂർത്തിയാക്കി.

പിയേർ ക്യൂറി

യാദൃച്ഛികമായാണ് മാരിയ തന്റെ ഭാവി വരനായ പിയേർ ക്യൂറിയെ (Pierrie Curie)യെ കണ്ടുമുട്ടിയത്. അറിയപ്പെട്ട ഒരു ഭൗതികശാസ്ത്രഗ വേഷകനായിരുന്നു പിയേർ. സാധാരണ പെൺകുട്ടികളിൽ അയാൾക്കു താൽപ്പര്യമേ ഇല്ലായിരുന്നു. എന്നാൽ ബുദ്ധിമതിയായ മാരിയയിൽ പിയേർ തന്റെ ഭാവിവധുവിനെ മാത്രമല്ല, തന്റെ ബൗദ്ധിക സുഹൃത്തിനെയും കണ്ടെത്തി. കൂട്ടായ ഗവേഷണത്തിന്റെ ഫലമായിരുന്നു 1902-ലെ നോബൽ സമ്മാനം (1895-ൽ അവർ വിവാഹിതരായി). രണ്ടു പെൺകുട്ടികൾ — ഐറീനും ഈവും (Irene, Eve)അവർക്കു ജനിച്ചു. രണ്ടുപേരും പിന്നീടു പ്രശസ്തരായി; ഐറീൻ സ്വഭർത്താവായ ഴോളിയോ(Joliot)യുമൊത്ത് നോബൽ സമ്മാനവും നേടി.

സൗഭാഗ്യസമ്പൂർണ്ണമായിരുന്നു ക്യൂറി ദമ്പതിമാരുടെ ജീവിതം. പക്ഷേ പെട്ടെന്ന് വിധി മാരിയേ നടുക്കി കളഞ്ഞു. റോഡു മുറിച്ചുകടക്ക വേ, ഒരു കുതിരവണ്ടിയുടെ ചക്രങ്ങൾക്കിടയിൽപ്പെട്ടു പിയേർ അപകടമ രണമടഞ്ഞു. ഈ ആഘാതത്തിൽ ആദ്യം മാരീക്യൂറി തളർന്നുപോയെ ങ്കിലും, പിന്നീടു കൂടുതൽ നിസ്തന്ദ്രമായ ഗവേഷണങ്ങളിലേർപ്പെട്ടു. ഒടു വിൽ ശുദ്ധമായ റേഡിയം നിർമിക്കുകയും ആ ലോഹത്തിന്റെ ഭൗതിക രാസഗുണങ്ങൾ പഠിക്കുകയും ചെയ്തു. ഈ നേട്ടത്തിന്റെ അംഗീകാര മായി മദാം ക്യൂറിക്ക് രസതന്ത്രത്തിനുള്ള നോബൽസമ്മാനം 1911 -ൽ ലഭിച്ചു.

രക്തസാക്ഷി

മദാം ക്യൂറി റേഡിയം ലോഹം കൈകാര്യം ചെയ്തിരുന്ന സമയത്ത് റേഡിയോ ആക്ടീവ് കിരണങ്ങൾ മനുഷ്യശരീരത്തെ എങ്ങനെ ബാധിക്കും എന്നൊന്നും ആർക്കും ശരിയായി അറിവൊന്നുമില്ലായിരുന്നു. അതിനാൽ പലപ്പോഴും ആ മഹതിക്ക് കൂടുതലായ അളവിൽ റേഡിയേ ഷൻ ഏൽക്കേണ്ടിവന്നു. അങ്ങനെ മാരകമായ രക്തകോശാർബുദരോഗ ബാധയുണ്ടായി. 1934-ൽ മദാം ക്യൂറി നിര്യാതയായി — തന്റെ ശാസ്ത്രഗ വേഷണ തപസ്സിനിടയ്ക്ക് ഒരു രക്തസാക്ഷി!

17

റഥർഫോർഡ് പ്രഭു
(Lord Rutherford , 1871 - 1937)

ബ്രിട്ടീഷ് ദ്വീപുകളുടെ (British Islands) ഭാഗമായ സ്കോട്ട് ലണ്ടിൽ നിന്ന് 1842–ാമാണ്ടിൽ, അന്നത്തെ ബ്രിട്ടനെ സംബന്ധിച്ചിടത്തോളം 'ലോകത്തിന്റെ മറ്റേ അറ്റം' എന്നു പറയാവുന്ന, വിദൂരമായ ന്യൂസിലൻഡിലേക്ക് ഒരു കുടുംബം കുടിയേറിപ്പാർത്തു. വണ്ടിച്ചക്രങ്ങളുണ്ടാക്കുന്നതു മുഖ്യതൊഴിലും അൽപ്പം കൃഷിയും കാലിവളർത്തലുമെല്ലാമായിരുന്നു കുടുംബനാഥനായ ജെയിംസ് റഥർഫോർഡിന്റെ ജീവനമാർഗം. ജെയിംസും ഭാര്യ മാർത്തയും അവരുടെ അച്ഛനമ്മമാരും എല്ലാമായിട്ടാണ് ന്യൂസിലൻഡിലേക്കു കുടിയേറിയത്. 'കുറച്ചു കൃഷിയും ധാരാളം കുട്ടികളും' വേണമെന്നായിരുന്നു ജെയിംസിന്റെ നിശ്ചയം. ജെയിംസിനും മാർത്തയ്ക്കും പന്ത്രണ്ടു കുട്ടികൾ ജനിച്ചു. അവരിൽ നാലാമനായിരുന്നു ഏണസ്റ്റ് റഥർഫോർഡ്.

റഥർഫോർഡ് പ്രഭു

ന്യൂസിലൻഡിൽ നെൽസൺ (Nelson) എന്ന ചെറുനഗരത്തിലായിരുന്നു റഥർഫോർഡ് കുടുംബം താമസിച്ചത്. പ്രാഥമിക വിദ്യാഭ്യാസം കഴിഞ്ഞ് ഏണസ്റ്റ് നെൽസണിൽ നിന്നു തലസ്ഥാനമായ വെല്ലിങ്ടണിലെത്തി സർവകലാശാലയിൽ പഠിച്ച് 1893–ൽ ഗണിതത്തിലും ഭൗതിക

ശാസ്ത്രങ്ങളിലും M A ബിരുദം നേടി. അടുത്ത വർഷം (1894) ഒരു ചെറിയ സ്കോളർഷിപ്പോടുകൂടി ഇംഗ്ലണ്ടിലെത്തി കേംബ്രിഡ്ജിൽ (Cambridge) കാവെൻഡിഷ് ലാബറട്ടറിയിൽ ഗവേഷണവിദ്യാർഥിയായി ചേർന്നു. വിഖ്യാതനായ ജെ ജെ തോംസണായിരുന്നു റിസർച്ച്ഗൈഡ്.

ന്യൂസിലൻഡ് – ഇംഗ്ലണ്ട് – ക്യാനഡ

അക്കാലത്തു വിരളമായിരുന്ന രാജ്യാന്തരസഞ്ചാരം (international travel) റഥർഫോർഡിന്റെ നിയോഗമായി. ന്യൂസിലൻഡിൽ നിന്ന് വിദൂരവും വടക്കു പടിഞ്ഞാറു സ്ഥിതി ചെയ്യുന്നതുമായ, (ഇംഗ്ലണ്ടിന്റെ പടിഞ്ഞാറ്, അറ്റ്ലാന്റിക് സമുദ്രത്തിനപ്പുറത്തുള്ള) ക്യാനഡയിൽ മോങ്റെയാൽ (Montreal – മോൺട്രീൽ എന്ന് ആംഗലീകൃത ഉച്ചാരണം) പട്ടണത്തിലുള്ള മക്ഗിൽ (McGill) സർവ്വകലാശാലയിൽ 1898–ൽ റഥർഫോർഡ് പ്രൊഫസറായി നിയമിതനായി. ഒൻപതു കൊല്ലം അവിടെ നിസ്തന്ദ്രമായ ഗവേഷണവും അധ്യാപനവും നടത്തിയശേഷം 1907–ൽ തിരികെ ഇംഗ്ലണ്ടിലെത്തി മാഞ്ചെസ്റ്റർ സർവകലാശാലയിൽ പ്രൊഫസറായി. 1919–ൽ മാതൃവിദ്യാലയമായ കേംബ്രിഡ്ജിൽത്തന്നെ ജോലി ലഭിച്ചു.

ബഹുമതികൾ

അനേകം ബഹുമതികൾ ഈ മഹാശാസ്ത്രജ്ഞനെ തേടി വന്നു. രസതന്ത്രത്തിനുള്ള നോബൽ സമ്മാനം ലഭിച്ചു. ഇതേപ്പറ്റി റഥർഫോർഡ് സരസമായി ഇങ്ങനെ പറഞ്ഞു:

"ഇതൊരു വലിയ 'രാസപരിവർത്തനം' (chemical transformation) തന്നെയാണല്ലോ! ഭൗതികശാസ്ത്രജ്ഞനായ എന്നെ രസതന്ത്ര ശാസ്ത്രജ്ഞനാക്കിക്കളഞ്ഞല്ലോ!"

ഭൗതികശാസ്ത്രത്തെപ്പറ്റി വലിയ അഭിമാനമുള്ള ആളായിരുന്നു റഥർഫോർഡ്. ഒരിക്കൽ അദ്ദേഹം പറയുകയുണ്ടായി. "All science is physics, the rest is stamp collecting!" (ശാസ്ത്രമെന്നാൽ ഭൗതികശാസ്ത്രമാണ്; മറ്റെല്ലാം സ്റ്റാമ്പ് ശേഖരണമത്രെ!").

നോബൽ സമ്മാനത്തിനു പുറമെ കോപ്ലിമെഡൽ, ഫാരഡേ മെഡൽ. 21 സർവ്വകലാശാലകളിൽനിന്നു ഓണററി ഡോക്ടറേറ്റ് ബിരുദങ്ങൾ, വിവിധ ശാസ്ത്രസമിതികളിൽ വിശിഷ്ടാംഗത്വം..... ഇങ്ങനെ നീണ്ടുപോകുന്നു റഥർഫോർഡിനു ലഭിച്ച ബഹുമതികൾ. 1931–ൽ പ്രഭു സ്ഥാനവും ലഭിച്ചു. ഔദ്യോഗികമായി 'Lord Rutherford of Nelson' (നെൽസണിലെ റഥർഫോർഡ് പ്രഭു) എന്ന പദവി ലഭിച്ചു.

വിവാഹം

പ്രണയവിവാഹമായിരുന്നു റഥർഫോർഡിന്റേത്. വധു മേരി ന്യൂട്ടണായിരുന്നു (Mary Newton). വധൂപിതാവ് ആർതർ ന്യൂട്ടണും വധൂമാതാവ് മേരി ന്യൂട്ടണുമായിരുന്നു.

ഇംഗ്ലണ്ടിൽ പോയി കുറച്ചു പണം ഉണ്ടാക്കി തിരിച്ചുവന്നു വിവാഹം കഴിക്കണമെന്നായിരുന്നു റഥറിന്റെ പ്ലാൻ. പക്ഷേ ഇംഗ്ലണ്ടിലെ ഗവേഷണജീവിതം നീണ്ടുപോയി. ഗവേഷണം വിജയപൂർവം തീർത്തു ഡോക്ടറൽ ബിരുദം നേടിയപ്പോൾ വീണ്ടും വിവാഹത്തിനൊരുങ്ങി. പക്ഷേ അപ്പോഴാണ് ക്യാനഡയിൽ മക്ഗില്ലിൽ ജോലി കിട്ടിയത്. പ്രൊഫസർ പദവി സ്വീകരിച്ച് അവിടേക്കു പോയി (1898). പിന്നെയും രണ്ടു കൊല്ലം കൂടി കഴിഞ്ഞിട്ടാണ് 1900–ൽ മേരിയെ വിവാഹം കഴിക്കാൻ സാധിച്ചത്. അഞ്ചുകൊല്ലം മുമ്പേ വിവാഹിതരാകേണ്ടതായിരുന്നു തങ്ങൾ എന്നും തങ്ങൾക്ക് ആ അഞ്ചുവർഷങ്ങൾ നഷ്ടപ്പെട്ടുവെന്നും പിന്നീട് റഥർഫോർഡ് പറയാറുണ്ടായിരുന്നു.

അണുഘടനാ ചിത്രം

അണുവിന്റെ ഘടനയെപ്പറ്റി ഏകദേശം ശരിയായ ആദ്യചിത്രം നമുക്കു നൽകിയത് റഥർഫോർഡാണ്. റഥർഫോർഡ് മാതൃക ചുരുക്കത്തിൽ ഇങ്ങനെ വിവരിക്കാം. സൂര്യനെപ്പോലെ നടുക്കൊരു ന്യൂക്ലിയസ് (Nucleus, അണുകേന്ദ്രം). ന്യൂക്ലിയസിനു ചുറ്റും ഗ്രഹങ്ങളെപ്പോലെ ഭ്രമണം ചെയ്യുന്ന ഇലക്ട്രോണുകൾ. ഇതാണ് സുപ്രസിദ്ധമായ 'റഥർഫോർഡ് സൗരയൂഥസമാനമാതൃക.' എന്നാൽ സൗരയൂഥവുമായുള്ള സാദൃശ്യം അവിടെ തീർന്നു; വ്യത്യാസങ്ങൾ പലതുമുണ്ട്. ഒന്നാമത് ന്യൂക്ലിയസിന് ധനവൈദ്യുതചാർജും ഇലക്ടോണുകൾക്ക് ഋണവൈദ്യുതചാർജും ആണുള്ളത്. മാത്രമല്ല, ന്യൂക്ലിയസ്സിനുതന്നെ സങ്കീർണഘടനയുണ്ടെന്നു താമസിയാതെ വെളിവായി. അതിൽ ധനചാർജുള്ള പ്രോട്ടോണുകളും ചാർജില്ലാത്ത ന്യൂട്രോണുകളും അടങ്ങിയിരിക്കുന്നു (ഈ സരള മാതൃകയെ പിന്നീട് പ്രൊഫസർ നീൽസ് ബോർ തിരുത്തുകയുണ്ടായി. അധ്യായം 20 നോക്കുക).

ഏതായാലും അണുവിനൊരു ന്യൂക്ലിയസ്സുണ്ടെന്നും അണുവിന്റെ ഭാരം ഏകദേശം 99.999 ശതമാനത്തോളവും ന്യൂക്ലിയസിന്റേതാണെന്നും തെളിയിച്ചത് റഥർഫോർഡിന്റെ വിഖ്യാതമായ 'സ്വർണപത്ര പരീക്ഷണം' (gold leaf experiment) ആണ്.

മറ്റു സംഭാവനകൾ

1. റേഡിയോ ആക്ടീവ് യൗഗികങ്ങൾ മൂന്നുതരം വികിരണങ്ങൾ ഉത്സർജിക്കുന്നുണ്ട്––ആൽഫ, ബീറ്റ, ഗാമാ എന്നിങ്ങനെ. ഇവയിൽ ആൽഫാകണങ്ങൾ ഹീലിയത്തിന്റെ ന്യൂക്ലിയസ്സുകളാണെന്നും ബീറ്റാകണങ്ങൾ കേവലം ഇലക്ട്രോണുകൾ ആണെന്നും ഗാമാ രശ്മികൾ X – കിരണങ്ങളെപ്പോലെയുള്ളതും എന്നാൽ X – കിരണങ്ങളേക്കാൾ ഊർജം ഏറിയവയും ആണെന്നും റഥർഫോർഡ് പരീക്ഷണങ്ങൾ വഴി തെളിയിച്ചു.
2. ആദ്യമായി ഒരുമൂലകത്തെ മറ്റൊന്നാക്കി മാറ്റിയത് റഥർ

ഫോർഡത്രെ! നൈട്രജൻ ആറ്റത്തെ ശക്തിയേറിയ ആൽഫാ കണങ്ങൾ എറിഞ്ഞ് ('ബോംബാർഡു' ചെയ്ത് - bombard) ഓക്സിജൻ ആറ്റമാക്കി മാറ്റുന്നതിൽ റഥർഫോർഡ് വിജയിച്ചു.

3. റഥർഫോർഡും സഹപ്രവർത്തകനായ സോഡി(Soddy)യും കൂടി റേഡിയോ ആക്ടീവ് വിഘടനനിയമങ്ങൾ നിഷ്കൃഷ്ടമായി കണ്ടുപിടിച്ചു.
4. ആറ്റങ്ങൾ ഏതാണ്ട് 'പൊള്ള'(hollow) ആണെന്ന് റഥർ ഫോർഡ് തെളിയിച്ചു. ആറ്റത്തിന്റെ ആകെ വ്യാപ്തത്തിന്റെ (Volume) കഷ്ടിച്ച് പതിനായിരത്തിൽ ഒരംശം മാത്രമേ വരൂ, അണു ന്യൂക്ലിയസിന്റേയും ഇലക്ട്രോണുകളുടേയും ആകെ വ്യാപ്തം കൂട്ടി നോക്കിയാലും എന്ന് തെളിയിച്ചതും റഥർഫോർഡാണ്. അതായത് ആറ്റം അത്യന്തം പൊള്ളയായ ഒരു സാധനമാണ്!
5. മഹായുദ്ധകാലത്ത് ശത്രുക്കളായ ജർമൻകാരുടെ സബ്മറീൻ യുദ്ധക്കപ്പലുകളെ, അവ കടലിനടിയിൽക്കൂടി ഊളിയിട്ടുവരുമ്പോൾ തന്നെ കണ്ടുപിടിക്കാനുള്ള സംവിധാനങ്ങൾ ആവിഷ്കരിച്ചു.

അന്ത്യം

രാഷ്ട്രത്തിന്റെ ആകെ അഭിനന്ദനവും ആദരവും നേടിയ മഹാനായ ആ 'പരീക്ഷണ ശാസ്ത്രജ്ഞൻ' (experimental scientist) ഒരു ഹെർണിയ (hernia) ഓപ്പറേഷനെ തുടർന്ന് അകാലചരമമടയുകയാണുണ്ടായത്.

18

ആൽബെർട്ട് ഐൻസ്റ്റൈൻ
(Albert Einstein , 1879 - 1955)

ഐൻസ്റ്റൈനെപ്പറ്റി കേൾക്കാത്തവർ വളരെ ചുരുക്കമായിരിക്കും. ലോകം ഇതുവരെ കണ്ട എക്കാലത്തേയും ശാസ്ത്രജ്ഞന്മാരിൽ പ്രഥമ ഗണനീയനായി അദ്ദേഹം പ്രകീർത്തിക്കപ്പെടുന്നു. മനുഷ്യചിന്തയെ വിപ്ലവകരമായി പിടിച്ചുകുലുക്കിയ ആപേക്ഷികതാ സിദ്ധാന്തത്തിന്റെ (Relativity Theory) ഉപജ്ഞാതാവാണ് ആൽബെർട്ട് ഐൻസ്റ്റൈൻ (Albert Einstein, 1879-1955) (ഉച്ചാരണം ശ്രദ്ധിക്കുക: ഐൻസ്റ്റൈൻ എന്നുതന്നെയാണ്; ഐൻസ്റ്റീൻ എന്നോ എയ്ൻസ്റ്റീൻ എന്നോ അല്ല!).

ആൽബെർട്ട് ഐൻസ്റ്റൈൻ

മടിയൻ പട്ടി

ആൽബെർട്ട് ഐൻസ്റ്റൈന്റെ പിതാവ് ഹെർമൻ ഒരിക്കൽ തന്റെ മകൻ പഠിത്തത്തിൽ എങ്ങനെ എന്നന്വേഷിക്കാൻ സ്കൂളിലെത്തി. കത്തോലിക്കാസഭ നടത്തിയിരുന്ന സ്കൂളായിരുന്നു അത്. ഹെഡ്മാസ്റ്ററച്ചൻ ഹെർമനോടു പറഞ്ഞു: "തന്റെ മകൻ ആൽബെർട്ട് ശരിയാകുമെന്നു യാതൊരു പ്രതീക്ഷയുമില്ല!"

പ്രാഥമിക വിദ്യാഭ്യാസത്തിനുശേഷം സ്വിറ്റ്സർലണ്ടിലെ പ്രശസ്ത

സാങ്കേതിക സർവകലാശാലയായ 'ഐഡ്ഗെനോസിഷേ ടെക്നീഷേ ഹോഖ് ഷൂളെ' (Eidgenossische Technishe Hochschule അഥവാ ETH) യിൽ പ്രവേശനത്തിനപേക്ഷിച്ചു. ആദ്യവർഷം പ്രവേശനപരീക്ഷയിൽ പരാജിതനായി! പക്ഷേ അടുത്ത വർഷം വിജയിച്ച് ETH-ൽ ചേർന്നു. അന്നവിടെ അധ്യാപകനായിരുന്ന പ്രൊഫസർ മിങ്കോവ്സ്കി (Prof Minkowski) ആൽബെർട്ട് ഐൻസ്റ്റൈൻ എന്ന തന്റെ വിദ്യാർഥിയെപ്പറ്റി ഒരിക്കൽ പറഞ്ഞത് ഇങ്ങനെയാണ്: "He is a lazy dog!" ("അവനൊരു മടിയൻ പട്ടിയാണ്!").

പിന്നീട് ഇതേ പ്രൊഫസർ മിങ്കോവ്സ്കി തന്നെ ഐൻസ്റ്റൈന്റെ സുഹൃത്തും സഹപ്രവർത്തകനും സഹഗവേഷകനുമായി മാറി എന്നത് രസാവഹമായ സംഭവമാണ്!

ബാല്യകൗമാരങ്ങൾ

ആൽബെർട്ടിന്റെ അച്ഛൻ ഹെർമൻ (Hermann) ഒരു ചെറുകിട ബിസിനസ്സുകാരനായിരുന്നു. ഹെർമന്റെ സഹോദരൻ യാക്കോബ് (Jacob) ഒരു ചെറിയ ഇലക്ട്രിക്കൽ കട നടത്തിയിരുന്നു. അപ്പനും ചിറ്റപ്പനും എല്ലാം കൂടി ഒരു കുടുംബബിസിനസ്സായാണ് കാര്യങ്ങൾ നടത്തിയിരുന്നത്. ആൽബെർട്ടിന്റെ അമ്മ പൗളീൻ (Pauline) കേവലം ഒരു വീട്ടമ്മയായിരുന്നു.

ഒരു സാധാരണ കുട്ടിയായിരുന്നു ആൽബെർട്ട്. വലിയ ബുദ്ധിസാമർഥ്യമൊന്നും അയാൾ കാണിച്ചിരുന്നില്ല, എന്നാൽ മണ്ടനുമല്ലായിരുന്നു. ചിറ്റപ്പന്റെ ഇലക്ട്രിക് സാമാനങ്ങളുടെ കട ബാലനായ ആൽബെർട്ടിന് ഒരു ഹരമായിരുന്നു. സമയം കിട്ടുമ്പോൾ അവിടെ ചെന്ന് ഇലക്ട്രിക്കൽ ഉപകരണങ്ങൾ നോക്കിക്കൊണ്ടിരിക്കുമായിരുന്നു ബാലൻ.

ഒരിക്കൽ അച്ഛൻ ആൽബെർട്ടിന് ഒരു വടക്കുനോക്കിയന്ത്രം (Mariners compass) സമ്മാനമായി വാങ്ങിക്കൊടുത്തു. ഈ സമ്മാനമാണ് ശാസ്ത്രത്തിന്റെ അത്ഭുത മാസ്മരികലോകത്തിലേക്കു തന്നെ ആകർഷിച്ചത് എന്ന് പിൽക്കാലത്ത് ഐൻസ്റ്റൈൻ പറയുമായിരുന്നു. ഈ യന്ത്രത്തിന്റെ സൂചി എപ്പോഴും വടക്കോട്ടു തന്നെചൂണ്ടിക്കാണിച്ചു നിൽക്കുന്നത് എന്ത് അത്ഭുതമാണ്, ബാലനായ ആൽബെർട്ട് തലപുകഞ്ഞ് ആലോചിച്ചു!

പൗരത്വപ്രശ്നങ്ങൾ

കേവലം 15 വയസ്സുള്ളപ്പോൾ ആൽബെർട്ട് അച്ഛനമ്മമാരേയും ചിറ്റപ്പനേയും ഞെട്ടിക്കുന്ന ഒരു പ്രസ്താവം നടത്തി. താൻ 'യഹൂദമതവും ജർമൻ പൗരത്വവും ഉപേക്ഷിക്കാൻ നിശ്ചയിച്ചു.' പ്രായപൂർത്തിയായ ശേഷം അദ്ദേഹം ജർമൻ പൗരത്വം ഉപേക്ഷിച്ച്, സ്വിസ് (Swiss) പൗരത്വം മാത്രം നിലനിർത്തി. എന്നാൽ 1919-ൽ ജർമൻ പൗരത്വം വീണ്ടും സ്വീകരിച്ചു (ജന്മനാ ജർമൻ പൗരനായിരുന്ന ഐൻസ്റ്റൈൻ 1896-ൽ സ്വിസ്

പൗരത്വവും നേടിയിരുന്നു. ഭൂരിപക്ഷം ആളുകളും ജർമൻ ഭാഷ സംസാരിക്കുന്ന രാജ്യമായ സ്വിറ്റ്സർലണ്ടിൽ അന്ന് ഇരട്ടപൗരത്വം അനുവദിച്ചിരുന്നു).

പിന്നീട് ജർമനി ഹിറ്റ്ലറുടെ നാസി ഭരണത്തിൻ കീഴിലായപ്പോൾ പ്രതിഷേധിച്ച് ഐൻസ്റ്റൈൻ അമേരിക്കയിലേക്ക് കുടിയേറിപ്പാർത്തതും ജർമൻ പൗരത്വം ഉപേക്ഷിച്ചതും 1940 മുതൽ മരണം വരെ (1955) അദ്ദേഹം അമേരിക്കൻ പൗരനായി തുടർന്നതും ചരിത്രവസ്തുതകളാണ്.

യഹൂദമതം എന്തായാലും ഐൻസ്റ്റൈൻ ഉപേക്ഷിച്ചില്ല. എന്നാൽ ഉറച്ചമതവിശ്വാസിയൊന്നുമായിരുന്നില്ല അദ്ദേഹം.

വിവാഹജീവിതം

ETH-ൽ ഗവേഷണവിദ്യാർഥിയായിരിക്കുമ്പോഴാണ് സഹപാഠിനിയായെത്തിയ മിലേവ(Mileva)യുമായി ആൽബെർട്ട് പ്രണയത്തിലാകുന്നത്. ആൽബെർട്ടിനേക്കാൾ ബുദ്ധിമതിയായിരുന്നു മിലേവ എന്നു പറയപ്പെടുന്നു. ഗവേഷണ ഫെലോഷിപ്പ് കിട്ടിയതും, റിസർച്ച് അസിസ്റ്റന്റായി ആദ്യം ജോലികിട്ടിയതും മിലേവയ്ക്കായിരുന്നു. രണ്ടുപേരും കൂടിയാണ് ആപേക്ഷികതാതത്വാശയങ്ങൾ ആവിഷ്കരിച്ചതെന്നും ശാസ്ത്രചരിത്രകാരന്മാർ പറയുന്നു.

എങ്കിലും തുടക്കം മുതലേ താളപ്പിഴകൾ നിറഞ്ഞതായിരുന്നു അവരുടെ ദാമ്പത്യം. വിവാഹത്തിനുമുമ്പു തന്നെ മിലേവ ഗർഭിണിയായി ഒരു കുഞ്ഞിന് ജന്മം നൽകി. 'ലൈസേർൽ' (Liserl) എന്നു പേരിട്ട ആ കുഞ്ഞിനെ അവർ ഒരു അനാഥാലയത്തിലാക്കി. വിവാഹശേഷവും ആ കുഞ്ഞ് അനാഥാലയത്തിൽത്തന്നെ വളർന്നുവത്രെ. പൊരുത്തക്കേടുകൾ മൂലം ഐൻസ്റ്റൈൻ – മിലേവ ദാമ്പത്യം വിവാഹമോചനത്തിൽ അവസാനിച്ചു. എങ്കിലും മിലേവയോടുള്ള കടപ്പാട് ആൽബെർട്ട് മറന്നില്ല. 1921–ൽ ഐൻസ്റ്റൈനു നോബൽ സമ്മാനം ലഭിച്ചപ്പോൾ സമ്മാനത്തുക മുഴുവനും അദ്ദേഹം മിലേവയ്ക്കു കൊടുത്തു.

ഐൻസ്റ്റൈന്റെ രണ്ടാംഭാര്യ ഒരു ബന്ധുകൂടിയായിരുന്ന എൽസ (Elsa) ആയിരുന്നു. ഒരു സാധാരണ വീട്ടമ്മയായിരുന്നു അവർ.

വിശിഷ്ട ആപേക്ഷികതാ തത്ത്വം

1905–ൽ സ്വിസ്പേറ്റന്റ് ഓഫീസിൽ ഒരു ഗുമസ്തനായി ജോലി നോക്കവേയാണ് ഐൻസ്റ്റൈൻ തന്റെ വിശിഷ്ട ആപേക്ഷികതാ സിദ്ധാന്തം ആവിഷ്കരിച്ചത് (Special Theory of Relativity.) മൂന്നു പ്രബന്ധങ്ങളാണ് ആ വർഷം ഐൻസ്റ്റൈൻ ജർമൻ ഗവേഷണമാസികയായ *അനലെൻ ഡെർഫിസിക്കിൽ* (*Annalen der Physik*) പ്രസിദ്ധീകരിച്ചത്. ആദ്യത്തെ പ്രബന്ധം പ്രകാശവൈദ്യുതപ്രഭാവത്തെ (Photoelectric effect) ക്വാണ്ടം സിദ്ധാന്തമനുസരിച്ച് എങ്ങനെ നിഷ്കൃഷ്ടമായി വ്യാഖ്യാനിക്കാം എന്നു തെളിയിച്ചു. ഈ സംഭാവനയുടെ അംഗീകാരമായിട്ടാണ്,

അല്ലാതെ തന്റെ ഏറ്റവും മഹത്തായ സംഭാവനയായ ആപേക്ഷികതാതത്വങ്ങൾക്കുള്ള അംഗീകാരമായിട്ടല്ല, ഐൻസ്റ്റൈന് നോബൽ സമ്മാനം ലഭിച്ചത് എന്നത് രസകരമായ ഒരു ശാസ്ത്രചരിത്രസത്യമായി നിലകൊള്ളുന്നു.

1905–ലെ രണ്ടാം പ്രബന്ധം ബ്രൗണിയൻ ചലനത്തെപ്പറ്റിയായിരുന്നു (Brownian Movement). ഇതും ഒരു വലിയ സൈദ്ധാന്തിക സംഭാവനയാണ്.

1905–ലെ മൂന്നാം പ്രബന്ധത്തിലാണ് വിശിഷ്ട ആപേക്ഷികതാസിദ്ധാന്തം ആവിഷ്കരിക്കപ്പെട്ടത്. പ്രപഞ്ചത്തിൽ സാധ്യമായ ഏറ്റവും വലിയ വേഗം (velocity) പ്രകാശത്തിന്റെ വേഗം (speed of light) ആണെന്നു ഐൻസ്റ്റൈൻ സ്ഥാപിച്ചു. ഈ വേഗം ‘C’ എന്ന ചിഹ്നത്താൽ കുറിക്കപ്പെടുന്നു.

C = 3 x 10^{10} സെ. മീ/സെക്കൻഡ്
= 3 ലക്ഷം കി. മീ./സെക്കൻഡ്

ഇത് (C) ഒരു പ്രാപഞ്ചിക സ്ഥിരാങ്കം (Universal constant) കൂടിയാണ്. ഇതിലും കൂടുതൽ വേഗം ഈ പ്രപഞ്ചത്തിൽ സാധ്യമല്ല. ഈ വേഗത്തിൽ ഒരു വസ്തു സഞ്ചരിച്ചാൽ അതിന്റെ ഭാരം അനന്തമാകും! ഈ വേഗത്തോട് (C) അടുത്ത വേഗത്തിൽ സഞ്ചരിച്ചാലും ഭാരം (mass) വസ്തുവിന് നിശ്ചലാവസ്ഥയിലുള്ള ഭാരത്തേക്കാൾ (rest mass) വളരെക്കൂടും. ഒരു വസ്തു ചലിക്കുമ്പോൾ അതിന്റെ ഭാരം ‘നിശ്ചലാവസ്ഥാഭാര’ത്തേക്കാൾ (rest mass) കൂടും. പക്ഷേ, സാധാരണ വേഗങ്ങളിൽ ഈ ഭാരക്കൂടുതൽ അഗണ്യമാംവിധം ചെറുതായിരിക്കും. പ്രകാശവേഗത്തോടടുത്ത വേഗം കൈവരിച്ചാൽ ഇത്തരം ഭാരക്കൂടുതൽ ഗണ്യമാംവിധം വലുതാകും.

ചലിക്കുന്ന വസ്തുവിന് മറ്റൊരു മാറ്റം സംഭവിക്കും. ‘നീളക്കുറവ്’ (സങ്കോചനം Contraction) ആണത്. പ്രകാശവേഗത്തിൽ ചലിച്ചാൽ വസ്തുവിന്റെ നീളം പൂജ്യമാകുമത്രെ, ഭാരം അനന്തവും! മറ്റൊരു പ്രതിഭാസം ‘സമയം വലിച്ചുനീട്ടൽ’ (time dilation) ആണ്.

സ്ഥലവും (space) കാലവും (time) തമ്മിലുള്ള വ്യത്യാസം ഇല്ലാതാക്കിയതാണ് വിശിഷ്ട ആപേക്ഷികതാസിദ്ധാന്തത്തിന്റെ വിഖ്യാതമായ മറ്റൊരു നിഗമനം. സ്ഥലത്തിന്റെ മൂന്നുമാനങ്ങൾ (dimensions) ആണല്ലോ നീളം (length - l), വീതി (breadth - b), പൊക്കം (height - h) ഇവ. ഇവയെപ്പോലെയുള്ള ഒരു മാനംമാത്രമാണ് സമയം (time-T). നാം സ്ഥലത്തെപ്പറ്റിയും കാലത്തെപ്പറ്റിയും പ്രത്യേകം പ്രത്യേകം പരാമർശിക്കുന്നത് നമ്മുടെ ചിന്താദാരിദ്ര്യം മൂലവും ശാസ്ത്രീയാജ്ഞത മൂലവുമാണ്. പകരം ഒരു ‘സ്ഥലകാല സാതത്യം’ (space-time continuum) ആണ് നാം പരിഗണിക്കേണ്ടത്. ഈ ‘സാതത്യ’ത്തിന്റെ നാലുമാനങ്ങളത്രെ നീളം(l), വീതി (b), പൊക്കം (h), സമയം (t) എന്നിവ. ഇവയിൽ വച്ച് l, b, h ഈ മൂന്നും ഒരേ തരവും എന്നാൽ സമയം (t) മറ്റൊരുതരം മാനവും ആണെന്നു നമുക്ക് (മനുഷ്യർക്കു) തോന്നുന്നത് നമ്മുടെ പോരായ്മ (insufficiency) കൊണ്ടുമാത്രമാണ്. എന്താണ് നമ്മുടെ പോരായ്മ

എന്നോ? പറയാം. നാം ത്രിമാനജീവികളാണ് (three-dimensional beings). മൂന്നു 'സ്ഥല'മാനങ്ങളിൽ (l, b, h) നമുക്കു ഉഭയദിശാ ചലനസ്വാതന്ത്ര്യമുണ്ട്. നമുക്കു മുമ്പോട്ടോ പുറകോട്ടോ യഥേഷ്ടം നീങ്ങാം; വലത്തോട്ടോ ഇടത്തോട്ടോ പോകാം; മേലോട്ടോ കീഴോട്ടോ ചലിക്കാം. എന്നാൽ സമയത്തിൽക്കൂടി നമുക്കു മുമ്പോട്ടു മാത്രമേ പോകാൻ പറ്റൂ. പുറകോട്ടുള്ള യാത്ര അസാധ്യം. ഇതു ത്രിമാന ജീവികളായ നമ്മുടെ പരിമിതിമൂലം മാത്രമാണ്. നാലുമാനങ്ങളും തുല്യങ്ങളാണ്. അവയ്ക്കിടയിൽ വ്യത്യാസം ആരോപിക്കുന്നത് അശാസ്ത്രീയമാണ്. വ്യത്യാസം തോന്നുന്നത് നമ്മുടെ (നിരീക്ഷകന്റെ) ആത്മനിഷ്ഠ (subjective) പരിമിതി മൂലം മാത്രമാണ് (വിശിഷ്ട ആപേക്ഷികതാസിദ്ധാന്തത്തെപ്പറ്റി കൂടുതൽ വിവരിക്കുന്നത് ഈ ഗ്രന്ഥത്തിന്റെ പരാസത്തിനു പുറത്താകയാൽ ഇവിടെ ഇതുമാത്രമേ പറയുന്നുള്ളൂ).

വസ്തു ശക്ത്യ ദ്വൈതം (Non-duality of matter and energy)

വിശിഷ്ട ആപേക്ഷികതാസിദ്ധാന്തത്തിൽ നിന്നു നിഷ്പാദിക്കപ്പെടുന്ന ഒരു സമീകരണമാണ് പ്രസിദ്ധമായ ഐൻസ്റ്റൈൻ സമീകരണം.

$E = mc^2$

ഇവിടെ E = ഊർജം; m = ദ്രവ്യത്തിന്റെ ഭാരം (mass); c = പ്രകാശവേഗം. ഊർജം (energy) ശക്തിയുടെ പ്രതീകമാണല്ലോ. പിണ്ഡം അഥവാ ഭാരം ദ്രവ്യത്തിന്റെ (matter)യും. അപ്പോൾ ഊർജവും പിണ്ഡവും (mass) തമ്മിൽ ബന്ധിപ്പിക്കുന്ന സമീകരണമാണിത്. ഊർജത്തെ ദ്രവ്യമാക്കാനും മറിച്ച് ദ്രവ്യത്തെ ഊർജമാക്കാനും ഉള്ള പ്രക്രിയകൾ ഈ സമീകരണത്തെ അനുസരിക്കണം. ഒരു ഗ്രാം വസ്തുവിനെ (ദ്രവ്യത്തെ) ഊർജമാക്കി മാറ്റിയാൽ എത്രമാത്രം ഊർജം ലഭിക്കുമെന്നു നോക്കുക.

$m = 1$ g (ഒരു ഗ്രാം)

$c = 3 \times 10^5$ കിലോമീറ്റർ /സെക്കൻഡ് = 3×10^{10} സെ.മീ/സെക്കൻഡ്

$e = mc^2 = 9 \times 10^{20}$ എർഗ്

10^{20} എന്നാൽ 1-ന് ശേഷം ഇരുപതു പൂജ്യങ്ങൾ എഴുതിയാൽ കിട്ടുന്ന സംഖ്യ = നൂറു ട്രില്യൻ = പത്തുലക്ഷം കോടി! ഈ സമീകരണമാണ് അണുബോംബിന്റേയും അണുവൈദ്യുതിയുടേയും മൗലികതത്വം.

സാമാന്യ ആപേക്ഷികതാ സിദ്ധാന്തം

1915-ലാണ് ഐൻസ്റ്റൈൻ സാമാന്യ ആപേക്ഷികതാ സിദ്ധാന്തം (General Theory of Relativity) മുമ്പോട്ടു വച്ചത്. പരീക്ഷണങ്ങൾ വഴി തിരിച്ചറിയാൻ — വിവേചനം ചെയ്യാൻ — അസാധ്യമായ പ്രതിഭാസങ്ങളാണ് ഗുരുത്വാകർഷണവും (gravitation) ത്വരിതചലനവും (accelerated motion) എന്നായിരുന്നു ഈ സിദ്ധാന്തം സ്ഥാപിച്ചത്. അന്നറിയപ്പെട്ട ഭൗതിക ശാസ്ത്രസങ്കൽപ്പത്തെ തകിടംമറിക്കുന്നതായിരുന്നു ഈ ദർശനവും.

ഐൻസ്റ്റൈനും അണുബോംബും

അണുശക്തിയുടെ (അണുബോംബിന്റേയും) പിതാവ് എന്നു ചിലർ ഐൻസ്റ്റൈനെ വിശേഷിപ്പിക്കാറുണ്ട്. ആ മഹാശാസ്ത്രജ്ഞനെ ദുഃഖിപ്പിച്ച ഒരു വിശേഷണമായിരുന്നു ഇത്. വസ്തുവിനെ (ദ്രവ്യത്തെ) ഊർജമാക്കി മാറ്റുന്ന പ്രക്രിയയുടെ മൗലിക സമീകരണമായ $E = mc^2$ എന്ന തത്വം കണ്ടുപിടിച്ചത് ഐൻസ്റ്റൈനാണെന്നതു ശരി തന്നെ. പക്ഷേ, മാരകായുധങ്ങൾ ഉണ്ടാക്കാനും ലോകനാശത്തിലേക്കു തന്നെ വഴി തെളിക്കാനും ഈ സമീകരണം ഉതകി എന്നത് മറ്റൊരു വസ്തുതയാണ്.

ആദ്യത്തെ അണുബോംബുകൾ നിർമിച്ചതിൽ പരോക്ഷമായ ഒരു പങ്ക് ഐൻസ്റ്റൈന് ഉണ്ടായിരുന്നു എന്നതും ചരിത്രസത്യമാണ്. രണ്ടാം ലോകമഹായുദ്ധത്തിന്റെ അന്തിമഘട്ടത്തിൽ ജർമനിയിൽ നാസി (Nazi) കൾ അണുബോംബുണ്ടാക്കാൻ ശ്രമിച്ചിരുന്നു. ഇക്കാര്യം 'മണത്തറിഞ്ഞ'വരുടെ കൂട്ടത്തിൽ നാസികളുടെ പിടിയിൽ നിന്ന് രക്ഷപ്പെട്ട് അമേരിക്കയിലെത്തിയ ഹംഗേറിയൻ (Hungarian) ശാസ്ത്രജ്ഞനായ ലിയോ സിലാർഡും (Leo Szilard) ഉണ്ടായിരുന്നു. ജർമനി അണുബോംബുണ്ടാക്കുന്നതിനു മുമ്പ് അമേരിക്ക അതുണ്ടാക്കേണ്ടത് അത്യാവശ്യമാണെന്ന് സിലാർഡ് വിശ്വസിച്ചു. ഇക്കാര്യം ഐൻസ്റ്റൈനെ ബോധ്യപ്പെടുത്താൻ സിലാർഡിനും സഹ–അഭയാർഥിയും മറ്റൊരു ഹംഗേറിയൻ ശാസ്ത്രജ്ഞനുമായിരുന്ന യുജീൻ വീഞ്ഞെറിനും (Eugene Wigner) സാധിച്ചു. തൽഫലമായി അന്നത്തെ അമേരിക്കൻ പ്രസിഡന്റായിരുന്ന റൂസ്‌വെൽറ്റിന്, അമേരിക്ക അണുബോംബ് നിർമിക്കേണ്ടത് അത്യാവശ്യമാണെന്നു കാണിച്ച് തുടരെത്തുടരെ നാലു കത്തുകൾ ഐൻസ്റ്റൈൻ അയച്ചു. അങ്ങനെയാണ് "മൻഹാട്ടൺ പദ്ധതി" (Manhatten Project) തുടങ്ങിയതും അമേരിക്ക അണുബോംബുകൾ ഉണ്ടാക്കിയതും.

ഇങ്ങനെ പരോക്ഷമായിട്ടാണെങ്കിലും അണുബോംബ് നിർമിക്കാൻ പ്രേരണ നൽകിയതിനെ — അതിന് എന്ത് ന്യായീകരണമുണ്ടെങ്കിൽത്തന്നെയും — വിമർശിക്കുന്നവരുണ്ട്. ഐൻസ്റ്റൈനും ഇതേപ്പറ്റി പിൽക്കാലത്തു പശ്ചാത്താപം പ്രകടിപ്പിച്ചിട്ടുണ്ട്. അന്ത്യകാലത്ത്, ഇനിയൊരു ജന്മം കൂടി കിട്ടിയാൽ തനിക്കു ശാസ്ത്രജ്ഞനാകേണ്ട, ഓറഞ്ചു വിൽപ്പനക്കാരനായി ജീവിച്ചാൽമതി എന്നു ഐൻസ്റ്റൈൻ പറഞ്ഞതും ഈ പശ്ചാത്താപം മൂലമാകാം.

ഐൻസ്റ്റൈൻ സൂക്തങ്ങൾ

ശാസ്ത്രജ്ഞനെന്നപോലെ ചിന്തകനുമായിരുന്നു ഐൻസ്റ്റൈൻ. അദ്ദേഹത്തിന്റെ സൂക്തങ്ങളിൽ ചിലതുനോക്കാം.

1. "The most incomprehensible thing about the universe is that is comprehensible."

   ("ഈ പ്രപഞ്ചത്തെ നമുക്കു മനസ്സിലാക്കാൻ പറ്റും എന്നതാണ് പ്രപഞ്ചത്തെ സംബന്ധിച്ചിടത്തോളം ഏറ്റവും മനസ്സിലാക്കാൻ

പറ്റാത്ത കാര്യം.")

2. "The distinction between past, present and future is only an illusion, even if a stubborn illusion!"
("ഭൂതം, വർത്തമാനം, ഭാവി എന്നുള്ള ഈ വിവേചനം കേവലം ഒരു മനോവിഭ്രമം മാത്രമാണ് – ദൃഢമായ, മാറ്റാൻ പറ്റാത്ത വിഭ്രാന്തിയാണിതെങ്കിൽക്കൂടിയും!")
3. "God does not play dice."
("ദൈവം പകിട കളിക്കുന്നില്ല.")
4. "Common sense is that layer of prejudices laid down in the mind prior to the age of 18"
("സാമാന്യബോധം എന്നു പറയുന്നത് 18 വയസ്സാകുംമുമ്പുവരെ മനസ്സിൽ അടിഞ്ഞുകൂടിയ മുൻവിധികളുടെ ഒരു പാട മാത്രമാണ്.")
5. "Science without religion is lame; religion without science is blind."
("മതത്തെ മാറ്റിനിർത്തുന്ന ശാസ്ത്രം മുടന്തനാണ്; ശാസ്ത്രത്തെ അകറ്റി നിർത്തുന്ന മതം കുരുടനുമാണ്.")
6. "Everything should be made as simple as possible, but not simpler!'
("എല്ലാക്കാര്യങ്ങളും ആവുന്നത്ര ലളിതമായി പറയണം, പക്ഷേ അതിൽക്കൂടുതൽ ലളിതമാക്കരുത്!")

അന്ത്യം

ഭൗതിക ശാസ്ത്രത്തെ ആകെ മാറ്റിമറിച്ച, പ്രപഞ്ച വിജ്ഞാനത്തിൽ നവതരംഗങ്ങൾ ഇളക്കിവിട്ട, മനുഷ്യചിന്താമണ്ഡലത്തിൽ ധ്രുവദീപ്തികൾ പ്രസരിപ്പിച്ച ഈ മഹാശാസ്ത്രജ്ഞന്റെ ജീവിതസായാഹ്നം ഏകാന്തതയും തത്വശാസ്ത്രപരമായ വിഷാദവും നിറഞ്ഞതായിരുന്നു. ജർമനിയിൽ ഉല്മ് (Ulm) എന്ന ചെറുപട്ടണത്തിൽ ജനിച്ച്, വൻനഗരമായ മ്യൂണിക്കിൽ (Munich) ആദ്യപഠനം നടത്തി, പിന്നീട് സ്വിറ്റ്സർലണ്ടിൽ സൂറിക്കിലെ (Zurizh) ETH-ൽ ഉപരിപഠനം നടത്തി, ജർമനിയിലും സ്വിറ്റ്സർലണ്ടിലും അമേരിക്കയിലും പ്രൊഫസറായി സേവനം അനുഷ്ഠിച്ച്, നാസി ദുർഭരണത്തിൽ നിന്നു രക്ഷപ്പെട്ട് അമേരിക്കയിലെത്തി അമേരിക്കൻ പൗരനായി ജീവിച്ച ആൽബെർട്ട് ഐൻസ്റ്റൈൻ എന്ന മഹാശാസ്ത്രജ്ഞൻ, തന്റെ വീടുസൂക്ഷിപ്പുകാരി (house keeper) ഹെലന്റേയും തന്റെ പരേതയായ ദ്വിതീയ ഭാര്യ എൽസയുടെ പൂർവവിവാഹത്തിലെ മകളുടെയും ശുശ്രൂഷ ഏറ്റുവാങ്ങി, ഹൃദയസംബന്ധിയായ അസുഖത്തെത്തുടർന്ന്, 1955 ഏപ്രിൽ 12-ന് നിര്യാതനായി.

പ്രസിദ്ധ ശാസ്ത്രജ്ഞനായ പോൾ ഡേവീസ് (Paul Davies) പറഞ്ഞതുപോലെ "സമയത്തെപ്പറ്റി എല്ലാം നമുക്കു പറഞ്ഞുതന്ന് ആ മഹാപുരുഷന്റെ സമയവും തീർന്നുപോയി!"

19

അലക്സാണ്ടർ ഫ്ളെമിങ്
(Alexander Fleming , 1881 - 1955)

പെനിസിലിൻ (Pencillin) എന്ന ദിവ്യൗഷധത്തെപ്പറ്റി കേൾക്കാത്തവർ ആരുണ്ട്? എത്രയോ ലക്ഷം മനുഷ്യരാണ് ഈ മരുന്നിന്റെ സഹായത്താൽ മാരകരോഗങ്ങളിൽ നിന്ന് രക്ഷപ്പെട്ട് ആരോഗ്യവും ജീവിതവും വീണ്ടെടുത്തിട്ടുള്ളത്! മനുഷ്യരാശിക്ക് ഏറ്റവുമധികം നന്മചെയ്ത ഈ മഹത്തായ ആന്റിബയോട്ടിക് (anti-biotic) ഔഷധം നിർമിച്ചത് അലക്സാണ്ടർ ഫ്ളെമിങ് (Alexander Fleming, 1881 - 1955) എന്ന ബ്രിട്ടീഷ് ശാസ്ത്രജ്ഞനാണ്.

അലക്സാണ്ടർ ഫ്ളെമിങ്

യാദൃച്ഛികമായ കണ്ടുപിടിത്തം

പല രോഗങ്ങളും അണുബാധ മൂലമാണ് ഉണ്ടാകുന്നത് എന്ന കാര്യം വൈദ്യശാസ്ത്രജ്ഞർ അംഗീകരിച്ചുകഴിഞ്ഞ കാലഘട്ടത്തിലാണ് ഫ്ളെമിങ് തന്റെ ഗവേഷണജീവിതം തുടങ്ങിയത്. ഒരിക്കൽ പഠനത്തിനായി അദ്ദേഹം ചില അണുജീവികളെ 'വളർത്തിയ' (കൾച്ചർ ചെയ്ത) പെട്രിഡിഷുകൾ (Petri dishes) പരിശോധിക്കുകയായിരുന്നു. കഠിനമായ ജലദോഷത്താൽ അന്ന് അദ്ദേഹം ബുദ്ധിമുട്ടിയിരുന്നു. ജലദോഷം മൂലം മൂക്കിൽ

നിന്നൊലിച്ച ദ്രാവകത്തിന്റെ തുള്ളികൾ അണുജീവികളുടെ കൾച്ചറിൽ വീണു. അത്ഭുതം! അണുജീവികൾ നശിച്ചുപോയി. ഇതിൽ നിന്നും ചില ശാരീരിക സ്രവങ്ങൾക്കു അണുജീവികളെ നശിപ്പിക്കാനുള്ള ശക്തിയുണ്ടെന്നു അദ്ദേഹം മനസ്സിലാക്കി. ഫ്ളെമിങ് തന്റെ ഗവേഷണത്തിന് ഈ രംഗം ഇങ്ങനെയാണ് തെരഞ്ഞെടുത്തത്.

തുടർന്ന് ഗവേഷണം നടത്തവേ, ഒരിക്കൽ ഒരു പെട്രിഡിഷിൽ ഫ്ളെമിങ് കുറെ അണുജീവികളെ കൾച്ചർ ചെയ്തു വളർത്തി. ഇതു പിന്നീട് എവിടെയോ മാറ്റി വച്ചു. കുറെക്കഴിഞ്ഞപ്പോൾ ഡിഷിന്റെ അറ്റത്തു ഒരു തരം പൂപ്പൽ (ഫൻജൈ, fungi) വളർന്നിരിക്കുന്നതു കണ്ടു. മാത്രമല്ല, ഈ പൂപ്പലിനു ചുറ്റും കുറെ സ്ഥലത്തു അണുജീവികൾ അപ്രത്യക്ഷമായി. ഇതിനർഥം, അണുജീവികളെ കൊല്ലുന്ന ഏതോ പദാർഥം ഈ പൂപ്പലിലുണ്ടെന്നോ അഥവാ പൂപ്പലിൽ നിന്നുണ്ടാകുന്നു എന്നോ ആണ്. ഈ യാഥാർഥ്യം ഫ്ളെമിങിന്റെ ബുദ്ധിയിൽ ഉടനെ തെളിഞ്ഞു. ഈ പൂപ്പലിന്റെ ശാസ്ത്രീയനാമം "പെനിസില്ലിയം" (Penicillium) എന്നായിരുന്നു. ഈ പൂപ്പലിൽ നിന്നു ലഭിച്ചതും അണുജീവിനാശകവുമായ പദാർഥത്തിന് ''പെനിസിലിൻ" (Penicillin) എന്നു പേർ വീണു. ഒരു ജൈവപദാർഥമായ പൂപ്പൽ (fungi) ഉൽപ്പാദിപ്പിക്കുന്നതും എന്നാൽ ജീവനുള്ള അണുജീവികളെ നശിപ്പിക്കുന്നതും ആകയാൽ ഇത്തരം പദാർഥങ്ങളെ 'ആന്റി ബയോട്ടിക്കുകൾ' (anti biotics = against life) എന്നു വിളിച്ചു തുടങ്ങി. അനേകം മനുഷ്യരുടെ ജീവനെ രക്ഷിക്കുന്ന ഇത്തരം ഔഷധങ്ങളെ "against life" എന്ന അർഥം വരുന്ന 'ആന്റി ബയോട്ടിക്കുകൾ' എന്നു പേരിട്ടു വിളിക്കുന്നത് ഒരു വിരോധാഭാസമാണെങ്കിലും, ഈ പേർ ശാസ്ത്രത്തിൽ ഉറച്ചു കഴിഞ്ഞു.

പെനിസിലിൻ ഇപ്രകാരം കണ്ടുപിടിച്ചത് ഒരു യാദൃച്ഛിക കണ്ടുപിടിത്തമാണെന്ന് തോന്നിയേക്കാം. എന്നാൽ ഫ്ളെമിങ്ങിന്റെ മനസ്സ് ഈ ഗവേഷണത്തിൽ ഏറെക്കാലം ഏകാഗ്രമായി ശ്രദ്ധചെലുത്തിയിരുന്നുവെന്നു നാം മറക്കരുത്. മാത്രമല്ല, മറ്റൊരു മഹാശാസ്ത്രജ്ഞനായ ലൂയി പാസ്തേർ പറഞ്ഞതുപോലെ, "ഭാഗ്യം, തയ്യാറെടുത്ത മനസ്സിനെ അനുകൂലിക്കുന്നു!" (Fortune favours the prepared mind!).

പെനിസിലിൻ വേർതിരിച്ചെടുക്കൽ

പൂപ്പലിൽനിന്ന് ശുദ്ധമായ പെനിസിലിൻ വേർതിരിച്ചെടുക്കാൻ ഫ്ളെമിങ് ശ്രമിച്ചെങ്കിലും വിജയിച്ചില്ല. ഇതു സാധിച്ചത് ഫ്ളോറി, ചെയിൻ എന്നീ രണ്ടു ബ്രിട്ടീഷ് രസതന്ത്രജ്ഞർക്കാണ്; അവർ 1938-ൽ ശുദ്ധ രാസ പദാർഥമായ പെനിസിലിൻ വേർതിരിച്ചെടുത്തു. പെനിസിലിന്റെ വ്യാപകമായ പ്രയോഗത്തിന് ഇവരുടെ സംഭാവന ഉപകരിച്ചു. എങ്കിലും പെനിസിലിൻ മനുഷ്യവർഗത്തിന് നൽകിയതിന്റെ ഖ്യാതി അലക്സാണ്ടർ ഫ്ളെമിങ്ങിനുതന്നെയാണ്. കേവലം വൈദ്യശാസ്ത്രജ്ഞൻ മാത്രമായിരുന്ന ഫ്ളെമിങ്ങിനു വേണ്ടത്ര രസതന്ത്രജ്ഞാനമില്ലാതിരുന്നതും

അദ്ദേഹത്തിന്റെ പരീക്ഷണശാലയുടെ പരിമിതികളും മൂലമാണ് അദ്ദേഹത്തിന് പെനിസിലിൻ ശുദ്ധാവസ്ഥയിൽ വേർതിരിച്ചെടുക്കാൻ സാധിക്കാഞ്ഞത്. അതേസമയം കൃതഹസ്തരായ പരീക്ഷണരസതന്ത്രജ്ഞരായിരുന്ന ഫ്ളോറിക്കും (Howard Florey) ചെയിനിനും (E B Chain) ഈ വേർതിരിച്ചെടുക്കൽ പ്രയാസമില്ലാതെ നിർവഹിക്കാൻ സാധിച്ചു. ശാസ്ത്രത്തിൽ ഇതു സാധാരണമാണ്; ഒരാൾ പഥീകൃത്തായി പുതിയ പലതും കണ്ടുപിടിക്കുന്നു; മറ്റുചിലർ അതു പ്രായോഗികതലത്തിലേക്കു കൊണ്ടുവന്നു മനുഷ്യോപകാരപ്രദമാക്കുന്നു. രണ്ടുകൂട്ടരേയും ശാസ്ത്രരംഗത്ത് തുല്യരായി കണക്കാക്കുന്നു.

ഏതായാലും പെനിസിലിന്റെ കണ്ടുപിടിത്തത്തിന്റെയും വേർതിരിച്ചെടുക്കലിന്റെയും അംഗീകാരമായി 1945-ലെ നോബൽ സമ്മാനം ഫ്ളെമിങ്, ഫ്ളോറി, ചെയിൻ ഈ മൂന്നുപേർക്കുമായി പങ്കിട്ടുനൽകി.

ജീവിതരേഖ

ഒരു കർഷകന്റെ മകനായി 1881 ആഗസ്റ്റ് 6 നാണ് അലക്സാണ്ടർ ഫ്ളെമിങ് ജനിച്ചത്. മെട്രിക്കുലേഷൻ പാസായപ്പോൾ പിന്നെ സാമ്പത്തിക പരാധീനത മൂലം പഠിത്തം നിന്നു. പിന്നെ ഒരു ഷിപ്പിങ് (കപ്പൽ) കമ്പനിയിൽ ക്ലാർക്കായി 4 വർഷം ജോലി ചെയ്തു. 1901-ൽ യാദൃച്ഛികമായി കുറച്ചുപണം മരിച്ചുപോയ ഒരു ബന്ധുവിന്റെ വിൽപ്പത്രപ്രകാരം അലക്സാണ്ടർക്കു കിട്ടി. ഇതുമൂലം ഇടയ്ക്ക് നിന്നുപോയ പഠനം തുടർന്നു. 1906-ൽ വൈദ്യശാസ്ത്രത്തിൽ ബിരുദം നേടി. പക്ഷേ കൂടുതൽ പണം സമ്പാദിക്കാവുന്ന മെഡിക്കൽ പ്രാക്ടീസിനു പകരം, മെഡിക്കൽ ഗവേഷണത്തിലായിരുന്നു ഫ്ളെമിങ്ങിനു താൽപ്പര്യം. അങ്ങനെയാണ് അണുജീവികൾ പരത്തുന്ന രോഗങ്ങളെപ്പറ്റിയും പ്രതിവിധികളെപ്പറ്റിയും പഠിക്കാൻ തുടങ്ങിയത്. ഒടുവിൽ ലോകാനുഗ്രഹമായ പെനിസിലിൻ കണ്ടുപിടിച്ചത് ഒരു നിയോഗമായി എന്നും ഫ്ളെമിങ് കരുതി.

വിനയാന്വിതനായിരുന്നു സർ അലക്സാണ്ടർ ഫ്ളെമിങ്. അദ്ദേഹം പറയുന്നതു കേൾക്കുക:

''ഞാൻ ഒന്നും ചെയ്തില്ല, പ്രകൃതി പെനിസിലിൻ ഉണ്ടാക്കുന്നു; ഞാനതു കണ്ടുപിടിച്ചുവെന്നു മാത്രം'' (I did not do anything. Nature makes penicillin; I just found it).

20

നീൽസ് ഹെൻഡ്രിക് ബോർ
(Niels Hendrik Bohr , 1885 - 1962)

ആൽബെർട്ട് ഐൻസ്റ്റൈന്റെ സുഹൃത്തും എന്നാൽ പല കാര്യങ്ങളിലും എതിരാളിയുമായിരുന്നു പ്രൊഫസർ നീൽസ് ഹെൻഡ്രിക് ഡേവിഡ് ബോർ (Neils Hendrik David Bohr, 1885-1962) മാക്സ് പ്ലാങ്ക് അവതരിപ്പിച്ചതും പിന്നീട് നീൽസ് ബോറും വെർണെർ ഹൈ സെൻ ബെർഗും വികസിപ്പിച്ചെടുത്തതുമായ ക്വാണ്ടം സിദ്ധാന്തത്തെ ആദ്യം ഐൻ സ്റ്റൈൻ അംഗീകരിച്ചെങ്കിലും പിന്നീട് എതിർക്കുകയാണുണ്ടായത്. എങ്കിലും വ്യക്തിപരമായ സൗഹൃദം ഐൻസ്റ്റൈനും ബോറും എന്നും നിലനിർത്തിയിരുന്നു.

നീൽസ് ഹെൻഡ്രിക് ബോർ

നീൽസ് ബോറിന്റെ ശാസ്ത്രസംഭാവനകൾ

1. അണുഘടനയുടെ ശരിയായ ഒരു ലഘുചിത്രം നമുക്കു തന്നത് നീൽസ് ബോറാണ്. റഥർഫോർഡ് പ്രഭുവിന്റെ സൗരയൂഥമാതൃക ഒരളവുവരെ ശരിയാണെങ്കിലും വലിയ പോരായ്മകൾ അതിനെ അസാധുവാക്കി. ആ പോരായ്മകൾ മാറ്റിയതും, സ്ഥിരഭ്രമണ പഥങ്ങൾ (Stationary orbits) എന്ന ക്വാണ്ടീകൃത സങ്കൽപ്പം കൊണ്ടുവ

ന്നതും നീൽസ് ബോറാണ്. അണുകേന്ദ്രത്തിനു ചുറ്റും K, L, M, N എന്നിങ്ങനെ കുറിക്കുന്ന സ്ഥിരഭ്രമണപഥങ്ങളിലാണ് ഇലക്ട്രോണുകൾ ഭ്രമണം ചെയ്യുന്നതെന്ന് ബോറാണ് വെളിവാക്കിയത്.

2. അണുസ്പെക്ട്രത്തിന് (Atomic spectrum) ശരിയായ വ്യാഖ്യാനം ക്വാണ്ടം സിദ്ധാന്തമുപയോഗിച്ച് ബോർ നൽകി. ഭൗതിക ശാസ്ത്രത്തിലെ മഹത്തായ മുന്നേറ്റമായിരുന്നു ഇത്.
3. കോംപ്ലിമെന്ററിറ്റി സിദ്ധാന്തം (Complementarity theory).

തത്വശാസ്ത്രപരമായി വലിയ ചിന്താവിപ്ലവം ഭൗതികശാസ്ത്രത്തിലുണ്ടാക്കിയ സിദ്ധാന്തമാണിത്. ഹൈസെൻബെർഗിന്റെ അനിശ്ചിതത്വ തത്വം ഇതിന് ഏറെക്കുറെ പ്രേരകമായിട്ടുണ്ടാകാമെന്നു പറയപ്പെടുന്നു. ബോറിന്റെ സിദ്ധാന്തമനുസരിച്ച് പരീക്ഷകൻ പരീക്ഷണത്തിന്റേയും നിരീക്ഷകൻ നിരീക്ഷണത്തിന്റേയും ഭാഗമത്രേ. നിരീക്ഷിതവസ്തുവും (observed thing) നിരീക്ഷകനും തമ്മിൽ പ്രതിപ്രവർത്തനം നടക്കുന്നു, നിരീക്ഷകൻ നിരീക്ഷണത്തിൽ ഇടപെടുന്നു! (The observer interacts with the observation!) അന്നുവരെ അധികതുംഗപദത്തിൽ വിരാജിച്ചിരുന്ന 'വസ്തുനിഷ്ഠത' (objectivity) എന്നത് യഥാർഥത്തിൽ ഒരു വിഭ്രാന്തി മാത്രമാണ്. 100 ശതമാനവും വസ്തുനിഷ്ഠമായ ഒരു നിരീക്ഷണവും സാധ്യമല്ല എന്നെല്ലാമുള്ള ബോറിന്റെ വാദഗതികൾ ശാസ്ത്രജ്ഞരെ അമ്പരപ്പിച്ചെങ്കിലും തത്വശാസ്ത്രജ്ഞർക്ക് (philosophers) അപഥ്യമായിരുന്നില്ല.

ശ്രേഷ്ഠമായ വ്യക്തിത്വം

ഒരു ചെറിയ രാജ്യമായ ഡെൻമാർക്കിലെ പൗരനായിരുന്ന പ്രൊഫസർ ബോർ, അയൽരാജ്യമായ ജർമനിയിൽ ഹിറ്റ്ലർ അധികാരത്തിൽ വന്നത് അസ്വസ്ഥതയോടെയാണ് കണ്ടത്. അനേകം ജർമൻ സുഹൃത്തുക്കൾ, പ്രത്യേകിച്ച് യഹൂദവംശജർ, നാസികളുടെ പീഡനങ്ങൾക്ക് ഇരയായി. രംഗം വഷളാകുന്നതിനു മുമ്പുതന്നെ ആൽബെർട്ട് ഐൻസ്റ്റൈനെപ്പോലുള്ള പലരും ജർമനി വിട്ട് അമേരിക്കയിലെത്തി. ഒടുവിൽ കുറച്ചുകാലത്തേക്കെങ്കിലും ഡെൻമാർക്ക് വിട്ട് അമേരിക്കയിൽ പോകാൻ നീൽസ് ബോറും നിർബന്ധിതനായി (ബോർ ഒരു യഹൂദവംശജനല്ലായിരുന്നെങ്കിലും നാസിജർമനിയെ വിമർശിച്ചതിനാൽ ഹിറ്റ്ലറുടെ നോട്ടപ്പുള്ളി ആയിരുന്നു.) ഡെന്മാർക്കിന്റെ അയൽരാജ്യമായ സ്വീഡൻവഴി അമേരിക്കയിലെത്താനായിരുന്നു ബോറും, അദ്ദേഹത്തിന്റെ സുഹൃത്തുക്കളും തീരുമാനിച്ചത്. അതനുസരിച്ച് ബോർ സ്വീഡനിലെത്തി. പക്ഷേ അവിടെ 8000 ഡെന്മാർക്കുകാരായ യഹൂദരെ തടങ്കലിൽ വച്ചിരിക്കുന്നതായി കണ്ടു. അവരെ ജർമനിയിലേക്ക് ഹിറ്റ്ലർക്കായി കൈമാറാൻ സ്വീഡിഷ് രാജാവിന്റെ മേൽ ജർമനി സമ്മർദ്ദം ചെലുത്തിക്കൊണ്ടുവരികയായിരുന്നു. അവർക്കു സുരക്ഷ നൽകി സ്വീഡനിൽത്തന്നെ അഭയം

നൽകിയില്ലെങ്കിൽ താൻ അമേരിക്കയിലേക്കു പോകുകയില്ലെന്ന് ബോർ സ്വീഡിഷ് സർക്കാരിനെ അറിയിച്ചു. വിശ്വവിഖ്യാതനായ ബോറിന്റെ നിർബന്ധത്തിന് അവസാനം സർക്കാർ വഴങ്ങി. 8000 ഡാനിഷ് യഹൂദരുടെ ജീവൻ അങ്ങനെ ബോർ രക്ഷിച്ചു.

സ്വഭാവോൽകൃഷ്ടത എന്നും നീൽസ് ബോറിന്റെ മുഖമുദ്രയായിരുന്നു.

ദൈവവും പകിടകളിയും

ഹൈസെൻബെർഗിന്റെ അനിശ്ചിതത്വതത്വം ആൽബെർട്ട് ഐൻസ്റ്റൈനു പഥ്യമായിരുന്നില്ല. ഭൗതികത്തിൽ ആപേക്ഷികതാ വാദമുന്നയിച്ച് വിപ്ലവം സൃഷ്ടിച്ച ഐൻസ്റ്റൈനുപോലും പിന്നീട് ക്വാണ്ടം സിദ്ധാന്തം കൊണ്ടുവന്ന 'അതിവിപ്ലവം' സ്വീകാര്യമായില്ല. പ്രപഞ്ചം നിശ്ചിതവും നിയമിതവും ക്രമമുള്ളതും ആകണമെന്ന് ഐൻസ്റ്റൈൻ ശഠിച്ചു. ഹൈസെൻബെർഗിനെ കളിയാക്കാനായാണ് ഐൻസ്റ്റൈൻ ഒരിക്കൽ പറഞ്ഞത്:

"ദൈവം പകിട കളിക്കുന്നില്ല! (God does not play dice!)" എന്ന്.

ഇതുകേട്ട ഹൈസെൻബെർഗ് ഒന്നും മിണ്ടിയില്ല (ലജ്ജാശീലനും മൃദുഭാഷിയുമായിരുന്നു അദ്ദേഹം). എന്നാൽ ഹൈസെൻബെർഗിന്റെ ഗുരുസ്ഥാനീയനും ഉറ്റമിത്രവുമായിരുന്ന, ഐൻസ്റ്റൈന്റെ സമശീർഷനായിരുന്ന, ബോർ തിരിച്ചടിച്ചു:

"ഓ, ഞാനതറിഞ്ഞില്ലല്ലോ! എന്നാണ് ഡോ: ഐൻസ്റ്റൈൻ ദൈവത്തിന്റെ പ്രൈവറ്റ് സെക്രട്ടറിയായി ചാർജെടുത്തത്? — ഇങ്ങനെ കൃത്യമായി ദൈവം എന്തെല്ലാം കളിക്കും, എന്തെല്ലാം കളിക്കില്ല എന്നൊക്കെയുള്ള വിവരങ്ങൾ പ്രൈവറ്റ് സെക്രട്ടറിമാർക്കല്ലേ അറിയുകയുള്ളൂ?"

കറപുരളാത്ത വ്യക്തിജീവിതം

സ്വഭാവശുദ്ധിയുള്ള ഒരു ഉത്തമപൗരനായിരുന്നു ബോർ. കറപുരളാത്ത വ്യക്തിജീവിതം നയിച്ച അദ്ദേഹം സൗഭാഗ്യപൂർണമായ കുടുംബജീവിതമാണ് നയിച്ചത്. പത്നിയായ മാർഗ്രേത് അദ്ദേഹത്തിന് ശരിക്കും സഹധർമിണിയായിരുന്നു.

സഹോദരനായ ഹാരാൾഡ് ബോർ (Harald Bohr) വലിയൊരു ഗണിതശാസ്ത്രജ്ഞനായിരുന്നു. ചേട്ടൻ നീൽസും അനിയൻ ഹാരാൾഡും ഒരു റിക്കാർഡിന് അവകാശികളായിരുന്നു — രണ്ടുപേരും പി എച്ച് ഡിക്കാർ, രണ്ടുപേരും ഒന്നാംതരം കായികതാരങ്ങൾ, രണ്ടുപേരും കോപ്പൻഹേഗൻ നഗരത്തിലെ ഫുട്ബോൾ ക്ലബിലെ സ്ഥിരം കളിക്കാരുമായിരുന്നു ചെറുപ്പത്തിൽ!

അയാളൊരു ഫുട്ബോൾ കളിക്കാരനല്ലേ?

റഥർഫോർഡ് പ്രഭുവിന്റെ ശിഷ്യനായി നീൽസ് ബോർ കുറച്ചുകാലം

കേംബ്രിഡ്ജിൽ ചെലവഴിച്ചിരുന്നു. പരീക്ഷണ ശാസ്ത്രജ്ഞനായ (experimental scientist) റഥർഫോർഡിന് പൊതുവേ സൈദ്ധാന്തിക (theoretical) ശാസ്ത്രജ്ഞരെ പുച്ഛമായിരുന്നു. എന്നിട്ടും സൈദ്ധാന്തിക ശാസ്ത്രജ്ഞനായ നീൽസ് ബോറിനെ എങ്ങനെ ശിഷ്യനായി സ്വീകരിച്ചു എന്നാരോ റഥർഫോർഡിനോടു ചോദിച്ചപ്പോൾ അദ്ദേഹം പറഞ്ഞു വത്രെ: "ഓ, നീൽസിന്റെ കാര്യമാണോ സൂചിപ്പിച്ചത്? അയാൾ ഫുട്ബോൾ കളിക്കാരനല്ലേ?"

ഫുട്ബോൾ കളിയിൽ റഥർ ഫോർഡിനും കമ്പമുണ്ടായിരുന്നു. ഫുട്ബോൾ കളിക്കാരനാണെങ്കിൽ, സൈദ്ധാന്തികശാസ്ത്രജ്ഞൻ എന്ന കുറവു സാരമില്ല!

വിളക്കുകാലിന്മേൽ പിടിച്ചു മേലോട്ടു കയറുന്ന ശീലം

കായികാഭ്യാസിയായിരുന്നു ബോർ. നോബൽ സമ്മാനമെല്ലാം കിട്ടി പ്രസിദ്ധനായിട്ടും ചെറുപ്പത്തിലെ ചില ശീലങ്ങൾ തുടർന്നു. വിളക്കുകാൽ അല്ലെങ്കിൽ ഉയരമുള്ള കെട്ടിടങ്ങളിലെ താഴോട്ടുള്ള ഡ്രെയിൻ പൈപ്പ് (drain pipe) മുതലായവ കണ്ടാൽ അതിൽപ്പിടിച്ചു മുകളിലോട്ടു കയറുക എന്ന ശീലം ഇതിൽപ്പെട്ട ഒന്നായിരുന്നു. ഒരിക്കൽ ഇങ്ങനെ ഒരു വിളക്കുകാലിൽ പിടിച്ചു കയറുന്നതുകണ്ട ബോറിനെ ഒരു പുതിയ പോലീസുകാരൻ ചോദ്യം ചെയ്യാൻ ശ്രമിച്ചപ്പോൾ, കൂടെയുണ്ടായിരുന്ന പോലീസുകാരൻ പറഞ്ഞു: "ചങ്ങാതീ, അദ്ദേഹത്തെ വിട്ടേക്കൂ; അതു നമ്മുടെ പ്രൊഫസർ ബോർ ആണ്!"

ജീവിതരേഖ

കോപ്പൻ ഹേഗൻ (Copen Hagen) സർവകലാശാലയിലെ ശരീരശാസ്ത്ര പ്രൊഫസർ ക്രിസ്റ്റ്യൻ ബോറിന്റേയും(Christian Bohr), എല്ലെൻ അഡ്ലെറുടേയും(Ellen Adler) മൂത്തമകനായി 1885 ഒക്ടോബർ 7–നാണ് നീൽസ്ബോർ ജനിച്ചത്. മിടുക്കനായ വിദ്യാർത്ഥിയായിരുന്നു നീൽസ്. 1911–ൽ ഫിസിക്സിൽ ഡോക്ടറേറ്റ് ബിരുദം നേടി. പിന്നീട് കേംബ്രിഡ്ജിലും മാഞ്ചെസ്റ്ററിലും (ഇംഗ്ലണ്ടിൽ) ഉപരിഗവേഷണങ്ങൾ നടത്തി. ജെ ജെ തോംസൺ, റഥർ ഫോർഡ് പ്രഭു മുതലായവരുടെ ലാബറട്ടറികളിലായിരുന്നു ഗവേഷണം. 1916–ൽ കോപ്പൻ ഹേഗൻ സർവകലാശാലയിൽ പ്രൊഫസറായി. 1922–ൽ നോബൽ സമ്മാനം ലഭിച്ചു. 1962 നവംബർ 18–ാം തീയതി നീൽസ് ബോർ നിര്യാതനായി.

21

ഫ്രെഡറിക് ബാൻടിങ്
(Frederick Banting, 1891 - 1941)

പ്രമേഹരോഗികൾ എന്നും ആദരപൂർവം സ്മരിക്കുന്ന മഹാശാസ്ത്രജ്ഞനാണ് സർ ഫ്രെഡറിക് ഗ്രാന്റ് ബാന്റിങ് (Sir Frederik Grant Banting 1891 - 1941).

ഫ്രെഡറിക് ബാൻടിങ്

എന്താണ് പ്രമേഹം? സ്റ്റാർച്ച് മുതലായ കാർബോഹൈഡ്രേറ്റുകൾ (Carbohydrates) ശരീരത്തിൽ ഒടുവിൽ ഗ്ലൂക്കോസ് (glucose) ആയി മാറി കോശങ്ങളിലെത്തുന്നു. ആ ഗ്ലൂക്കോസിന്റെ ദഹനമാണ് ശരീരത്തിനാവശ്യമുള്ള ചൂടും ഊർജവും നൽകുന്നത്. ഇപ്രകാരം ഗ്ലൂക്കോസ് ഉപയോഗിക്കാൻ ശരീരകോശങ്ങൾക്കു പ്രാപ്തി നൽകുന്നത് ഇൻസുലിൻ എന്ന (insulin) ഹോർമോൺ (hormone) ആണ്. ഈ ഇൻസുലിൻ ശരീരത്തിലുണ്ടാക്കുന്നത് ആഗ്നേയ ഗ്രന്ഥി(പാൻക്രിയാസ്)യിലെ "ഐലറ്റ് ഓഫ് ലാംഗെർഹൻസ്" (Islet of Langerhans) എന്ന ഗ്ലാൻഡുകൾ (glands) ആണ്. ഇൻസുലിന്റെ ഉൽപ്പാദനം കുറയുകയോ (ഇല്ലാതാകുകയോ, അഥവാ ഇൻസുലിന്റെ കാര്യക്ഷമത കുറയുകയോ (തീരെ നശിക്കുകയോ) ചെയ്താൽ ഗ്ലൂക്കോസ് ഉപയോഗിക്കാനുള്ള കഴിവ് നശിച്ച് രോഗി ഒടുവിൽ അവശനിലയിലാവുകയോ മരിക്കുകയോ ആണ് ഫലം. ഇൻസുലിൻ എന്ന

ഹോർമോണാണ് ഇവിടെ ഏറ്റവും പ്രധാനഘടകം എന്നു മനസ്സിലാക്കുകയും ഇൻസുലിൻ വേർതിരിച്ചെടുക്കുകയും ചെയ്തത് ബാൻടിങ്ങും സഹപ്രവർത്തകനായ ചാൾസ് ബെസ്റ്റും (Charles Best) വകുപ്പു മേധാവിയായിരുന്ന പ്രൊഫസർ മക്‌ലിയോഡും (Professor Macleod) രസതന്ത്ര ഗവേഷകനായിരുന്ന ജെയിംസ് കോളിപ്പും (James Collip) കൂടിയാണ്. മക്‌ലിയോഡാണ് "ഇൻസുലിൻ" എന്ന പേർ നൽകിയത്. ഇൻസുലിൻ തന്നെ പ്രമേഹത്തെ മാറ്റുന്ന ഔഷധമായി ഉപയോഗിക്കാമെന്നും ഇവർ കണ്ടെത്തി. കന്നുകാലികളുടെ പാൻക്രിയാസിൽ നിന്നും വേർതിരിച്ചെടുക്കുന്ന ഇൻസുലിൻ പ്രമേഹരോഗത്തെ മാറ്റാൻ ഉപയോഗിക്കാമെന്നും ഈ ശാസ്ത്രജ്ഞസംഘം കണ്ടെത്തി. അനേകലക്ഷം പ്രമേഹബാധിത മനുഷ്യരുടെ ജീവൻ രക്ഷിക്കാനും അവർക്കു സാധാരണ ജീവിതം നയിക്കാൻ കഴിവുണ്ടാക്കാനും ഇവരുടെ ഗവേഷണം പ്രയോജനപ്പെട്ടു. ഇതിന്റെ അംഗീകാരമായി 1923–ലെ വൈദ്യശാസ്ത്ര നോബൽ സമ്മാനം ബാൻടിങ്ങിനും മാക്‌ലിയോഡിനും കൂട്ടായി നൽകപ്പെട്ടു. കേവലം ഒരു യുവഗവേഷകനായിരുന്ന ചാൾസ് ബെസ്റ്റ് തന്റെ സഹായിയായിരുന്നതിനാൽ, തനിക്കു കിട്ടിയ നോബൽ സമ്മാനത്തുകയുടെ പകുതി ഉദാരമനസ്കനായ ബാൻടിങ്, ബെസ്റ്റിനു നൽകി! അതുപോലെ പ്രൊഫസർ മാക്‌ലിയോഡ് തന്റെ സമ്മാനത്തുകയുടെ ഒരു പങ്ക് ജെയിംസ് കോളിപ്പിനും കൊടുത്തു.

ജീവിതരേഖ

ക്യാനഡയിൽ ഒൺടേറിയോ സംസ്ഥാനത്ത് (Ontario) ഒരു കൃഷീവല കുടുംബത്തിലാണ് ഫ്രെഡറിക് ബാൻടിങ് ജനിച്ചത്(1891 നവംബർ14). സ്കൂളിൽ അദ്ദേഹം കേവലം ശരാശരി വിദ്യാർഥി മാത്രമായിരുന്നു. മകനെ ഒരു പുരോഹിതനായി വളർത്താനാണ് മാതാപിതാക്കൾ ആദ്യം ആഗ്രഹിച്ചത്; പക്ഷേ ഒടുവിൽ ഫ്രെഡറിക്കിന്റെ അഭിരുചി അനുസരിച്ച് സർജൻ (Surgeon) ആകാൻ പഠിപ്പിച്ചു. പിന്നീട് ഗവേഷണത്തിലേക്കു ശ്രദ്ധ തിരിഞ്ഞു. പട്ടികളായിരുന്നു പരീക്ഷണമൃഗങ്ങൾ. അങ്ങനെയാണ്, കുറെ പരാജയങ്ങൾക്കുശേഷമാണെങ്കിലും, പ്രമേഹരോഗത്തെ അകറ്റാൻ പ്രാപ്തമായ ഇൻസുലിൻ എന്ന ദിവ്യൗഷധത്തെ ബാൻടിങ് കണ്ടുപിടിച്ചത്.

രണ്ട് ലോകമഹായുദ്ധകാലഘട്ടങ്ങളിലും ബാൻടിങ് തന്റെ സേവനം രാജ്യത്തിനു നൽകി. യുദ്ധരംഗത്തെ ആതുരശുശ്രൂഷയായിരുന്നു ലക്ഷ്യം. രണ്ടാംലോകമഹായുദ്ധകാലത്ത് സൈനികസേവനം നടത്തവേ, ഒരു വിമാനാപകടത്തിൽപ്പെട്ടാണ് തന്റെ 50–ാം വയസ്സിൽ ഈ ലോകോപകാരിയായ ശാസ്ത്രജ്ഞൻ നിര്യാതനായത്.

സ്വജീവിതകാലത്ത് ലോകത്തിന്റെ അംഗീകാരം ലഭിക്കാൻ ബാൻടിങ്ങിനു ഭാഗ്യമുണ്ടായി. ബഹുമതികൾ ഒന്നിനുപുറകെ ഒന്നായി അദ്ദേഹത്തിനു കിട്ടിക്കൊണ്ടിരുന്നു. 1934–ലാണ് ബാൻടിങ്ങിന് "സർ" സ്ഥാനം (Knighthood) ലഭിച്ചത്.

സവിശേഷവ്യക്തിത്വം

കർമനിരത ജീവിതമായിരുന്നു ബാൻടിങ്ങിനിഷ്ടം. യുദ്ധകാലത്ത് ലാബറട്ടറികളിൽ തങ്ങാതെ യുദ്ധരംഗത്ത് സജീവസൈനിക സേവനം നടത്തിയത് ഈ മനോഭാവം മൂലമായിരുന്നു. വിമാനാപകടത്തിൽ ബാൻടിങ്ങിനോടൊപ്പം വിമാനം പറപ്പിച്ചിരുന്ന പൈലറ്റും ഉണ്ടായിരുന്നു. ഡോക്ടർ എന്ന നിലയ്ക്ക് തന്റെ വൈദഗ്ധ്യം ഉപയോഗിച്ച് ആദ്യം പൈലറ്റിനെ ശുശ്രൂഷിക്കുക എന്ന സ്വധർമമാണ് ബാൻടിങ് നിർവഹിച്ചത്. വിധിവൈചിത്ര്യം തന്നെയെന്നു പറയാം, പൈലറ്റിന്റെ ജീവൻ രക്ഷിക്കപ്പെട്ടു. പക്ഷേ ബാൻടിങ് തന്റെ മുറിവുകളിൽനിന്നു രക്തം വാർന്നു മരിച്ചുപോകയാണുണ്ടായത്.

ഒരു കലാകാരനും കൂടിയായിരുന്നു ബാൻടിങ്. വൈദ്യരംഗത്തെ ധൃതിപിടിച്ച ചുമതലകളുടെ ഇടയിൽ സമയം കിട്ടുമ്പോൾ അദ്ദേഹം ചിത്രരചന നടത്തിയിരുന്നു.

ബാൻടിങ്ങിന്റെ സംഭാവനയായ ഇൻസുലിൻ എന്ന മഹത്തായ ഔഷധം ഉപയോഗിച്ച് ജീവിതം നീട്ടിക്കിട്ടിയവരിൽ ഒരാൾ ലോകപ്രസിദ്ധ സാഹിത്യകാരനായിരുന്ന എച്ച് ജി വെൽസ് (H G Wells, 1866-1946) ആയിരുന്നുവെന്ന വസ്തുത കൗതുകകരമാണ്. വൈദ്യശാസ്ത്രത്തിനും മനുഷ്യരാശിക്കുതന്നെയും ഒരു നികത്താനാവാത്ത നഷ്ടമായിരുന്നു സർ ഫ്രെഡറിക് ബാൻടിങ്ങിന്റെ അപകടമരണം.

22

വെർണെർ ഹൈസെൻബെർഗ്
(Werner Heisenberg , 1901 - 1976)

ക്വാണ്ടം ഭൗതികശാസ്ത്രത്തിലെ (quantum physics) ഒരു മൗലിക തത്വമാണ് "അനിശ്ചിതത്വ തത്വം" (Uncertainly Principle) ഈ തത്വത്തിന്റെ ഉപജ്ഞാതാവാണ് വിഖ്യാത ഭൗതികശാസ്ത്രജ്ഞനായ വെർണെർ ഹൈസെൻ ബെർഗ് (Werner Heisenberg, 1901-1976). ഭൗതികത്തിലെ ഈ തത്വത്തിന് തത്വ ശാസ്ത്രത്തിലും (philosophy) വലിയ പ്രസക്തിയാണുള്ളത്.

വെർണെർ ഹൈസെൻബെർഗ്

അനിശ്ചിതത്വ തത്വം

ഉൽകൃഷ്ട ഗണിതം(higher mathematics) ധാരാളം ഉപയോഗിച്ച് ഹൈസെൻബെർഗ് നിഷ്പാദിപ്പിച്ച ഒരു ഭൗതികശാസ്ത്രതത്വമാണ് അനി ശ്ചിതത്വ തത്വം (Unccertainly Principle or Principle of Inderminacy) എങ്കിലും അതിങ്ങനെ ലളിതമായി പറയാം:

"ഒരേ സമയത്ത് ഒരു കണികയുടെ സ്ഥാനവും (postition) സംവേഗവും (momentum) രണ്ടും പരമമായ കൃത്യതയോടുകൂടി നിർണയിക്കുക അസാധ്യമാണ്."

സ്ഥാനനിർണയത്തിലെ "അകൃത്യത" (അതായത്, തെറ്റ് – error) = എന്നും സംവേഗനിർണയത്തിലെ അകൃത്യത = എന്നും സൂചിപ്പിച്ചാൽ, അനിശ്ചിതത്വ തത്വപ്രകാരം,

ഇവിടെ h = പ്ലാങ്ക് സ്ഥിരാങ്കം. ഈ സ്ഥിരാങ്കത്തിന്റെ മൂല്യം വളരെ, വളരെ, വളരെ ചെറുതത്രെ — ഏതാണ്ട് പൂജ്യത്തിനടുത്തു വരും.

$$h = 6.624 \times 10^{-34}$$ ജൂൾ – സെക്കന്റ്

മുകളിൽ കൊടുത്ത സമീകരണത്തിലെ 10^{-34} എന്ന സംഖ്യ ശ്രദ്ധിച്ചുവോ? നോക്കുക: $10^{-34} = 1/10000000000000000000000000000000000$. അതായത് 1 ന് ശേഷം മുപ്പത്തിനാലു പൂജ്യങ്ങൾ ഇട്ടാൽ കിട്ടുന്ന അതിഭീമ സംഖ്യ ഹാരകവും (division), കേവലം 1 എന്ന സംഖ്യ ഹാര്യവും ആയി കിട്ടുന്ന ഭിന്നസംഖ്യയാണിത്. ഈ സംഖ്യ ഏതാണ്ട് പൂജ്യത്തിനടുത്തെത്തുന്ന, അത്യന്തം ചെറുതായ, ഒരു ഭിന്നസംഖ്യയാണല്ലോ.

ഇനിയാണ് രസം! സംവേഗം എന്നാൽ ഭാരത്തിന്റേയും (mass) വേഗത്തിന്റേയും ഗുണനഫലമാണ്.

$p = m v$

p = സംവേഗം m = ഭാരം v = വേഗം അപ്പോൾ നമ്മുടെ ഹൈസൻബെർഗ് സമീകരണം എന്നു മാറ്റാം.

വലിയ വസ്തുക്കളുടെ ലോകം

ഉദാഹരണമായി ഒരു മോട്ടോർകാർ എടുക്കാം. ഭാരം = 1000 കിലോഗ്രാം എന്നു വയ്ക്കുക. അപ്പോൾ വലതുഭാഗത്തെ $\frac{h}{m} = \frac{6.6 \times 10^{-34}}{10^{3}} = 6.6 \times 10^{-37}$ വലതുഭാഗം വളരെ വളരെ ചെറുതാണ്; ഏതാണ്ട് പൂജ്യം തന്നെ, അല്ലേ? അപ്പോൾ സമീകരണത്തിന്റെ ഇടതുഭാഗവും "ഏതാണ്ട്" പൂജ്യം തന്നെയാകണമല്ലോ. അതായത് പൂജ്യം.

അങ്ങനെയെങ്കിൽ പൂജ്യം എന്നും പൂജ്യം എന്നും കിട്ടുന്നു. അതായത് രണ്ട് "അകൃത്യത"കളും "ഏതാണ്ട്" പൂജ്യമാകുന്നു. ഇതിനർഥം കാറിന്റെ സ്ഥാനനിർണയത്തിലും വേഗനിർണയത്തിലും വരുന്ന തെറ്റുകൾ ഏതാണ്ട് പൂജ്യമാണെന്നാണല്ലോ – ചുരുക്കത്തിൽ കാറിന്റെ സ്ഥാനവും വേഗവും നമുക്ക് ഏകദേശം കൃത്യമായി നിർണയിക്കാൻ സാധിക്കും. അതു നന്നായി! അല്ലെങ്കിൽ വരാവുന്ന അവസ്ഥ ആലോചിച്ചു നോക്കൂ! എന്തൊരു "കൺഫ്യൂഷൻ" ആയിരിക്കും!

ഇവിടെ ഒരു കാര്യം എടുത്തുപറയേണ്ടിയിരിക്കുന്നു. വലിയ വസ്തുക്കളുടെ ലോകത്തിലും ഹൈസെൻബെർഗ് തത്വം "ശരി" (correct) ആണ്. എങ്കിലും പ്രായോഗികമായി ആ തത്വത്തിന് പ്രസക്തി (relevance)യും പ്രാധാന്യവും (significance) കുറവാണ്. കാരണം, കാറിന്റെ സ്ഥാനവും വേഗവും രണ്ടും ഏതാണ്ട് കൃത്യമായി നിർണയിക്കാം.

ചെറിയ വസ്തുക്കളുടെ ലോകം

ചെറിയ വസ്തുക്കളുടെ ലോകത്തിൽ ചിത്രം മാറുന്നു! ഒരു ഇല

ക്ട്രോണിന്റെ കാര്യം എടുക്കുക. ഇലക്ട്രോണിന്റെ ഭാരം = 9.1×10^{-31} കി.ഗ്രാം.

$$\Delta x \times \Delta v = \frac{h}{m}$$

അപ്പോൾ $$= \frac{6.6\times10^{-34}}{9.1\times10^{-31}}$$ എന്നു കിട്ടും.

$$= 7.25\times10^{-4}$$

10^{-4} എന്നാൽ പതിനായിരത്തിൽ ഒന്ന്; ഇത് ചെറിയ ഭിന്നസംഖ്യ യാണ്, പക്ഷേ പൂജ്യത്തേക്കാൾ വളരെ വലുതാണ്. ഒരു "ഏകദേശനം" (Approximation) എന്ന നിലയ്ക്ക് നമുക്ക്

$$\Delta x \times \Delta v = 7.25\times10^{-4} \approx 10^{-3}$$

എന്നു വയ്ക്കുക. പിന്നെ $\Delta x = 0.0001$ കി മീ അതായത് 10^{-4} കി മീ എന്നു വയ്ക്കുക.

അപ്പോൾ $\Delta v = \frac{10^{-3}}{10^{-4}} = 10$ കി മീ/സെക്കന്റ് എന്നു ലഭിക്കുന്നു. ഇതു വലിയ അകൃത്യത(തെറ്റ്) ആണല്ലോ. അതായത് സ്ഥാനം ഒരു വിധം കൃത്യ മായി ($\Delta x = 0.0001$) നിർണയിച്ചാൽ, വേഗത്തിന്റെ അകൃത്യത = 10 ആയി രിക്കും. ഇനി $\Delta x = 10^{-10}$ എങ്കിലോ?

അപ്പോൾ $\Delta v = \frac{10^{-3}}{10^{-10}} = 10^{7}$ അതായത് ഒരു കോടി കി മീ/സെക്കന്റ്! ഭീമ മായ അകൃത്യത! സ്ഥാനം കൂടുതൽ കൂടുതൽ കൃത്യമായി നിർണയി ക്കുന്തോറും വേഗനിർണയത്തിലെ അകൃത്യത കൂടിക്കൊണ്ടിരിക്കുന്നു. അപ്പോൾ, ചെറിയ വസ്തുക്കളുടെ ലോകത്തിൽ ഹൈസെൻബെർഗ് തത്വം ശരി (correct)യും സാധുവും(valid) മാത്രമല്ല, പ്രസക്തവും (relevent) പ്രധാനവും അർഥപൂർണവും (significant) ആണെന്നു വരുന്നു.

ചുരുക്കത്തിൽ നാം നിത്യവും കണ്ടുമുട്ടുന്ന ചലിക്കുന്ന വസ്തുക്കളെ സംബന്ധിച്ചിടത്തോളം (ഉദാ: കാർ, തീവണ്ടി, വിമാനം, പന്തുകളിയിലെ പന്ത്, ഭ്രമണം ചെയ്യുന്ന ഭൂഗോളം, പറക്കുന്ന പക്ഷികൾ മുതലായവ) അനി ശ്ചിതത്വ തത്വം. മൗലികമായി ശരിയും സാധുവുമാണെങ്കിൽതന്നെയും അപ്രസക്തവും അർഥരഹിതവുമാകുന്നു. എന്നാൽ വളരെ ചെറിയ വസ്തുക്കളുടെ ലോകത്തിൽ (ഉദാ: തന്മാത്രകൾ, ആറ്റങ്ങൾ, പ്രോട്ടോൺ, ന്യൂട്രോൺ, ഇലക്ട്രോൺ) ഈ തത്വം ശരിയും സാധുവും പ്രസക്തവും അർഥപൂർണവുമത്രെ. ഇക്കാരണത്താൽ ക്ലാസ്സിക്കൽ ഭൗതികത്തിൽ അപ്രസക്തമാണെങ്കിലും ക്വാണ്ടം ഭൗതികത്തിൽ അനിശ്ചിതത്വ തത്വം വളരെ പ്രസക്തമാകുന്നു!

"ഹൈസെൻബെർഗ് തെറ്റ്"

ഇനി നമുക്ക് തത്വശാസ്ത്രപരമായ ഒരു സമീപനത്തിന്റെ കാര്യ മെടുക്കാം.

$\Delta x \times \Delta p \approx h \neq 0$

$\Delta x, \Delta p$ ഇവയുടെ ഗുണനഫലം വളരെ വളരെ ചെറുതാണ്, പക്ഷേ പൂജ്യമല്ല എന്നോർക്കുക. വലതുവശം പൂജ്യമല്ലെങ്കിൽ ഇടതുവശവും പൂജ്യമല്ല! അതായത് $\Delta x \neq 0, \Delta v \neq 0$. സ്ഥാനനിർണയത്തിലേയും വേഗനിർണയത്തിലേയും അകൃത്യതകൾ (തെറ്റുകൾ) ഒരിക്കലും പൂജ്യമാവുകയില്ല. "തെറ്റുകൾ ഒരിക്കലും പൂജ്യമാവുകയില്ല — വളരെ ചെറുതാവാം, പക്ഷേ, പൂജ്യമാവുകയില്ല!" എന്ന നിഗമനത്തിലാണ് നാം എത്തുന്നത്!

ഇനിയാണ് സങ്കീർണതകൾ, കുരുക്കുകൾ, ചിന്താക്കുഴപ്പങ്ങൾ, കൺഫ്യൂഷനുകൾ! ചില തത്വശാസ്ത്രജ്ഞർ ഹൈസെൻബെർഗ് തത്വം ഉപയോഗിച്ച് വിചിത്ര നിഗമനങ്ങളിലെത്തുന്നതു നോക്കുക: എത്ര പരിപൂർണമായ (perfect) പരീക്ഷണമായാലും എത്ര പരിപൂർണനായ (perfect) ശാസ്ത്രജ്ഞനായാലും അയാൾ കണ്ടുപിടിക്കുന്ന ശാസ്ത്രസത്യം ഒരിക്കലും പരിപൂർണ കൃത്യത (absolute accuracy) കൈവരിക്കുകയില്ല. ഇതു വ്യാഖ്യാനിച്ച് വ്യാഖ്യാനിച്ച്, "മനുഷ്യൻ എന്നും അപൂർണനായിരിക്കും", "പൂർണത ദൈവത്തിനുമാത്രം അവകാശപ്പെട്ടതാണ്" എന്നിങ്ങനെയുള്ള ആത്മീയവാദപരമായയുള്ള ആശയങ്ങളിലെത്തുന്നു!

എന്നാൽ ഈ വ്യാഖ്യാനത്തിൽ ഒരു തെറ്റുണ്ട്. ഹൈസെൻബെർഗ് തത്വത്തിന്റെ വീക്ഷണത്തിൽക്കൂടിത്തന്നെ നോക്കിയാലും ഹൈസെൻബെർഗ് തത്വത്തിനുതന്നെയും അപ്രമാദിത്വം (തെറ്റില്ലായ്മ) ഉണ്ടാകുകയില്ലല്ലോ! അപ്പോൾ തെറ്റ് ഇത്തരം "ആത്മീയവാദ"പരമായ വ്യാഖ്യാനങ്ങളിലും കടന്നുകൂടുകയില്ലേ?

തത്വശാസ്ത്രപരമായ ഇത്തരം വ്യാഖ്യാനങ്ങളെ ദുർവ്യാഖ്യാനങ്ങളായാണ് ഹൈസെൻബെർഗ് പോലും കണ്ടിരുന്നത്. തന്റെ തത്വം ഫിസിക്സിലെ ഒരു തത്വം മാത്രമാണ്, അതിനെ മറ്റുതലങ്ങളിലേക്ക് വലിച്ചിഴച്ചുകൊണ്ടുപോകേണ്ട എന്നായിരുന്നു അദ്ദേഹത്തിന്റെ വീക്ഷണം. പ്രായോഗികക്വാണ്ടം ഭൗതികത്തിൽ ഹൈസെൻബെർഗ് തത്വം ശരിയാണെന്ന് അസംഖ്യം തെളിവുകൾ നമുക്കിന്നുണ്ട്.

ദൈവം പകിട കളിക്കുന്നില്ല! (God does not play dice!)

ഹൈസെൻബെർഗിന്റെ അനിശ്ചിതത്വ തത്വം സാക്ഷാൽ ഐൻസ്റ്റൈന് അത്ര അഭിമതമല്ലായിരുന്നു. ആധുനിക ഭൗതികശാസ്ത്രത്തെ വിപ്ലവാത്മകമായി കീഴ്മേൽ മറിച്ച ആപേക്ഷികതാസിദ്ധാന്തങ്ങളുടെ ഉപജ്ഞാതാവായ ഐൻസ്റ്റൈന്, ആദ്യമാദ്യം ക്വാണ്ടം സിദ്ധാന്തം പഥ്യമായിരുന്നെങ്കിലും, പിന്നീട് ബോർ, ഹൈസെൻബെർഗ് തുടങ്ങിയവരുടെ നൂതന സിദ്ധാന്തങ്ങൾ — തീരെ പഥ്യമായിരുന്നില്ല. ദൈവം ഒരു "വാച്ചു നിർമാതാവും" "സമയ സൂക്ഷിപ്പുകാര"നുമാണ് (watchmaker and time keeper) എന്നദ്ദേഹം പറയുമായിരുന്നത്രെ! പ്രപഞ്ചം നിശ്ചിതമായ

ശാസ്ത്രതത്വങ്ങൾക്കനുസരിച്ച് നടക്കുന്നു; അതിലൊരു അനിശ്ചിതത്വവുമില്ല, എന്നായിരുന്നു ഐൻസ്റ്റൈന്റെ വീക്ഷണം. അതിനാൽ അനിശ്ചിതത്വത്തെ കളിയാക്കാൻ ഒരിക്കൽ അദ്ദേഹം പറഞ്ഞു:

"God does not play dice"

"(ദൈവം പകിട കളിക്കുന്നില്ല!)"

ഇതുകേട്ടപ്പോൾ, ഹൈസെൻബെർഗിന്റെ ആചാര്യസ്ഥാനീയനും സുഹൃത്തുമായ നീൽസ് ബോർ തിരിച്ചടിച്ചത് ഇങ്ങനെയായിരുന്നു:

"Oh! I did not know when Albert Einstein got his new job as private secretary to God" (അങ്ങനെയോ? ഞാനറിഞ്ഞില്ലല്ലോ, ദൈവത്തിന്റെ പ്രൈവറ്റ് സെക്രട്ടറിയായി ഐൻസ്റ്റൈൻ ചാർജെടുത്തത്!") മറ്റൊരിക്കൽ ബോർ നേരിട്ടു ഐൻസ്റ്റൈനോടു ഇങ്ങനെയും പറഞ്ഞു: "Albert, leave God to himself!" (ആൽബെർട്ട്, ദൈവത്തെ അദ്ദേഹത്തിന്റെ പാട്ടിനുവിട്ടേക്കുക!") (ഇതുപറയാൻ പ്രേരകമായത് ഐൻസ്റ്റൈന്റെ മറ്റൊരു പ്രശസ്ത പ്രസ്താവമാണ് – "God may be subtle, but he is not malicious" (ദൈവം ബുദ്ധിമാനും കൗശലക്കാരനുമാകാം, പക്ഷേ ചീത്തയാളല്ല!). നീൽസ് ബോറും ഐൻസ്റ്റൈനും ആജീവനാന്ത സുഹൃത്തുക്കൾ ആയിരുന്നു എന്നും ചില ഭൗതികശാസ്ത്രഗഹനതകളുടെ മണ്ഡലത്തിൽ മാത്രമേ ഭിന്നാഭിപ്രായക്കാരായിരുന്നുള്ളൂ എന്നുകൂടി ആനുഷംഗികമായി ഇവിടെ പറയട്ടെ.

ജീവിതരേഖ

ജർമനിയിൽ ബവേരിയ (Baveria) സംസ്ഥാനത്ത് വുർത്സ് ബുർഗ് (Wurzburg) നഗരത്തിലാണ് ഹൈസെൻബെർഗ് ജനിച്ചത് (1901 ഡിസംബർ 5). പിതാവ് ഒരു ഗ്രീക്ക് ഭാഷാ പ്രവീണനും ചരിത്രപണ്ഡിതനുമായ പ്രൊഫസറായിരുന്നു. കുടുംബം താമസിയാതെ മഹാനഗരമായ മ്യൂണിക്കി (Munich)ലേക്കു മാറിത്താമസിച്ചു. അതിനാൽ വെർണെറുടെ ബാല്യകൗമാരങ്ങൾ മ്യൂണിക്കിൽത്തന്നെയായിരുന്നു. "ഉള്ളിന്റെ ഉള്ളിൽ ഞാനെന്നും ഒരു മ്യൂണിക്കുകാരൻതന്നെ" എന്ന് പിന്നീട് പലപ്പോഴും ഹൈസെൻബെർഗ് പറയുമായിരുന്നത്രേ.

മ്യൂണിക്ക് സർവകലാശാലയിൽ പ്രഖ്യാതശാസ്ത്രജ്ഞനായിരുന്ന അർനോൾഡ് സൊമ്മെർ ഫെൽഡിന്റെ (Arnold Sommerfeld) കീഴിലായിരുന്നു വെർണെർ ഗവേഷണവും പഠനവും നടത്തിയത്. പിന്നീട് കോപ്പൻഹേഗനിൽ (Copenhagen) എത്തി നീൽസ് ബോറിന്റെയും ശിഷ്യനായി.

1937–ൽ ഒരു സംഗീതക്കച്ചേരിയിൽ വച്ചാണ് തന്റെ ഭാവിവധുവായ എലിസബെത് ഷുമാക്കെറെ (Elizabeth Schumacher) വെർണെർ ഹൈസെൻബെർഗ് കണ്ടുമുട്ടിയത് (അവിടെ ഹൈസെൻബെർഗ് പിയാനോ വായിക്കുകയും, എലിസബെത് പാട്ടുപാടുകയും ചെയ്തിരുന്നുവത്രെ!). 1937–ൽത്തന്നെ അവർ വിവാഹിതരായി. സന്തോഷസൗഭാഗ്യ പൂർണമായ ദാമ്പത്യമായിരുന്നു അവരുടേത്.

ഹൈസെൻബെർഗും ഹിറ്റ്ലറും

1933-ൽ ജർമനിയിൽ "നാസിസ"ത്തിന്റെ (Nazism) ആവിർഭാവ കാലത്ത് കേവലം യുവാവായിരുന്ന ഹൈസെൻബെർഗ് തന്റെ രാജ്യത്തിനുവരാൻ പോകുന്ന മഹാവിപത്തിനെപ്പറ്റി ഒരു ധാരണയുമില്ലാതെ ശാസ്ത്രപര്യയിൽ മാത്രം, പ്രധാനമായി പ്രവർത്തനനിരതനായിരുന്നു. സംഗീതമൊരു "ഹോബി"യായും കൊണ്ടു നടന്നു. ഹിറ്റ്ലർ അധികാരത്തിൽ വന്നതും യഹൂദവംശനാശം നടന്നതും എല്ലാം ലോകചരിത്രത്തിലെ കറുത്ത ഏടുകളാണല്ലോ. യഹൂദവംശജരായ പല ശാസ്ത്രജ്ഞരും (ഉദാ: ഐൻസ്റ്റൈൻ, മൈറ്റ്നെർ, മാക്സ് ബോർൺ) ജർമനി വിട്ടുപോയി. പക്ഷേ, ഹൈസെൻബെർഗ് ജർമനി വിട്ടുപോയില്ല! എന്തുകൊണ്ട്?

ഒന്നാമത്, അദ്ദേഹം യഹൂദനായിരുന്നില്ല. രണ്ടാമത്, നാസിസത്തോട് ഒരു ആഭിമുഖ്യവുമില്ലാതിരുന്ന ഹൈസെൻബെർഗിന്, ജർമ്മനി എന്ന തന്റെ മാതൃരാജ്യത്തോട് അതിശക്തമായ ഒരു ദൃഢവൈകാരികബന്ധവുമുണ്ടായിരുന്നു. ജർമനി വിട്ടു മറ്റൊരു രാജ്യത്തേക്കു പോകുന്ന കാര്യം അദ്ദേഹത്തിന് ചിന്തിക്കാനേ സാധ്യമായിരുന്നില്ല!

പക്ഷേ, ഇത് ഹൈസെൻബെർഗിന്റെ യശോധാവാള്യത്തിൽ ഒരു കളങ്കമായിത്തീർന്നു. "നാസി അനുഭാവി" (Nazi sympathiser) എന്ന ദുഷ്പേർ അദ്ദേഹത്തിനുമേൽ ചാർത്തപ്പെട്ടു — തീർത്തും അന്യായമായി!

ബഹുമതികൾ

അസംഖ്യം ബഹുമതികൾ ഹൈസെൻബെർഗിനെ തേടിവന്നു. 1932-ൽ തന്റെ 31-ാം വയസ്സിലാണ് അദ്ദേഹത്തിന് ഫിസിക്സിനുള്ള നോബൽ സമ്മാനം ലഭിച്ചത്.

അന്ത്യം

1976-ൽ നിര്യാതനായി. അനിശ്ചിതത്വ തത്വത്തിന്റെ ആചാര്യനായിരുന്ന ഹൈസെൻബെർഗ് തന്റെ ശവക്കല്ലറയിൽ കൊത്തിവയ്ക്കാൻ നേരത്തേ തയ്യാറാക്കിയ ഒരു വാചകം ശ്രദ്ധിക്കുക:

"Here he lies, somewhere!"

(അയാൾ ഇവിടെ എവിടെയോ കിടക്കുന്നു!)

23

റിച്ചേർഡ് ഫിലിപ്സ് ഫെയ്ൻമൻ
(Richard Philips Feynman , 1918 - 1988)

സാങ്കേതികശാസ്ത്രത്തിന്റെ അഗ്രവർത്തി (cutting edge) ആയി ഇന്നു പ്രകീർത്തിക്കപ്പെടുന്ന നാനോടെക്നോളജിയുടെ (Nano technology) "തലതൊട്ടപ്പൻ" (god father) ആണ് വിശ്രുത ശാസ്ത്രജ്ഞനായ റിച്ചേർഡ് ഫിലിപ്സ് ഫെയ്ൻമൻ (Richard Philps Feynman, 1918 - 1988).

ഫെയ്ൻമാൻ

താഴെ ധാരാളം സ്ഥലമുണ്ട്! (There is plenty of Room at the bottom!)

ഫെയ്ൻമന്റെ വിഖ്യാതമായ ഒരു പ്രഭാഷണത്തിന്റെ ശീർഷകമാണ് ഇത്. 1959–ൽ കാലിഫോർണിയ ഇൻസ്റ്റിറ്റ്യൂട്ട് ഓഫ് ടെക്നോളജി (കാൽടെക് - Caltech) വച്ച് അമേരിക്കൻ ഫിസിക്കൽ സൊസൈറ്റിയുടെ വാർഷികയോഗത്തിൽ വച്ചായിരുന്നു പ്രസിദ്ധമായ ഈ "Plenty of Room" പ്രഭാഷണം. പ്രഭാഷണത്തിലെ ഒരു മുഖ്യപ്രമേയം ഒരു ചോദ്യരൂപത്തിലായിരുന്നു: "എൻസൈക്ലോപീഡിയ ബ്രിട്ടാനിക്ക (Encyclopedia Britannicca)യുടെ 24 വാല്യങ്ങളിലെ മാറ്റർ മുഴുവൻ ഒരു മൊട്ടുസൂചിയുടെ തലപ്പത്തുള്ള മൊട്ടിൽ ആലേഖനം ചെയ്യാൻ പറ്റുമോ?"

എന്നായിരുന്നു ചോദ്യം (അന്നത്തെ എഡിഷനിൽ ബ്രിട്ടാനിക്കയ്ക്ക് 24 വാല്യങ്ങളാണുണ്ടായിരുന്നത്; ഓരോ വാല്യത്തിലും 800 മുതൽ 1000 വരെ പേജും). "ഇതു സാധിക്കും" എന്ന് കണക്കുകൾ ഉദ്ധരിച്ചുകൊണ്ട് ഫെയ്ൻമൻ സമർഥിച്ചു. അക്ഷരങ്ങളെല്ലാം അവയുടെ വലുപ്പം ഇപ്പോഴത്തേതിന്റെ ഏതാണ്ട് ഒരു ബില്യനിൽ ഒരംശം എന്ന കണക്കിൽ ചുരുക്കിയാൽ മതി എന്ന് ഫെയ്ൻമൻ ഗണിതപരമായി തെളിയിച്ചു. ഒരു ബില്യനിൽ ഒരംശം എന്നുവച്ചാൽ 10^{-9} ആണ്; ലഘുതന്മാത്രകളുടേയും അണുക്കളുടേയും വലുപ്പം ഈ തലത്തിലാണ്. ഒരു മീറ്ററിന്റെ ബില്യനിൽ ഒരംശമാണ് ഒരു നാനോമീറ്റർ (nm) . $1nm = 10^{-9}m$.

നാനോസാങ്കേതികവിദ്യ (നാനോ ടെക്നോളജി)

"അതിസൂക്ഷ്മവത്കരണം" (miniaturisation) ആണ് നാനോടെക്നോളജി(nanotechnology)യുടെ കാതൽ. എന്താണ് ഈ അതിസൂക്ഷ്മതലം (Nano level)? ചില ഉദാഹരണങ്ങൾ നോക്കുക. സാധാരണ തലമുടിനാരിന്റെ വ്യാസം ഏകദേശം ഒരു ലക്ഷം നാനോമീറ്ററത്രെ! ഒരു സാധാരണ ബാക്ടീരിയം (bacterium) ഏതാണ്ട് ആയിരം നാനോമീറ്റർ വലുപ്പമുള്ളതാണ്. ജലദോഷം പരത്തുന്ന വൈറസിന്റെ (Virus) വലുപ്പം ഏകദേശം 100 നാനോമീറ്ററും ഹൈഡ്രജൻ ആറ്റത്തിന്റെ വ്യാസം $^1/_{20}$ (ഇരുപതിലൊരംശം) നാനോമീറ്ററുമാണ്. ഇതിൽ നിന്നും നാനോമീറ്റർ എന്ന അളവ് എത്രയോ ചെറുതാണ് എന്നു മനസ്സിലായിക്കാണുമല്ലോ.

ഭൗതിക അണുക്കൾ(ആറ്റങ്ങൾ), ലഘുതന്മാത്രകൾ മുതലയാവയുടെ വ്യാസം ഏതാനും നാനോമീറ്റർ (nm) ആകും. ഇത്ര ചെറിയ വസ്തുക്കളെ "ഇഷ്ടികകൾ" (building blocks) ആയി ഉപയോഗിക്കുന്ന സാങ്കേതികവിദ്യയാണ് നാനോടെക്നോളജി. ഈ വിദ്യ പലതരത്തിലുമുണ്ട് — ടോപ്-ഡൗൺ (top-down), ബോട്ടം-അപ് (bottom-up) എന്നിങ്ങനെ. നാനോപദാർഥങ്ങൾ (nanomaterials) നാനോടെക്നോളജി ഉപയോഗിച്ച് നിർമ്മിക്കുന്ന വസ്തുക്കളാണ്. വിസ്മയവിഭ്രമകരമായ ഭൗതികരാസഗുണധർമങ്ങളാണ് നാനോപദാർഥങ്ങൾക്കുള്ളത്. ഭാവിയിലെ സാങ്കേതികവിദ്യ മുഖ്യമായും നാനോടെക്നോളജിയിൽ അധിഷ്ഠിതമായിരിക്കും എന്നുമാത്രം ഇവിടെ പറയട്ടെ (കൂടുതൽ വിവരണം ഈ ഗ്രന്ഥത്തിന്റെ ഉദ്ദിഷ്ടപരാസത്തിനു പുറത്താണ്)

ഫെയ്ൻമന്റെ 1959 പ്രസംഗമാണ് നാനോടെക്നോളജി എന്ന ആശയത്തിന് പുതുജീവൻ നൽകിയത്. അതിദ്രുതം വളരുന്ന ഒരു സാങ്കേതികശാസ്ത്രമായി അത് ഇന്ന് മാറിയിരിക്കുന്നു.

ക്വാണ്ടം ഇലക്ട്രോഡയനാമിക്സ്

അണു(ആറ്റം)ക്കളും അവയിലെ ഇലക്ട്രോണുകളും എല്ലാം വിദ്യുത്കാന്തിക തരംഗങ്ങളുമായി നടത്തുന്ന പ്രതിപ്രവർത്തനങ്ങളെ ക്വാണ്ടം സിദ്ധാന്തത്തിന്റെ വെളിച്ചത്തിൽ വ്യാഖ്യാനിക്കുന്ന ശാസ്ത്രശാ

ഖയാണ് ക്വാണ്ടം ഇലക്ട്രോഡയനാമിക്സ് (Quantum Electro Dynanics) അഥവാ QED. ഈ ശാസ്ത്രശാഖയിലെ പഥീകൃത്തുക്കൾ ഡിറാക്കും (Dirac) ഹൈസെൻബെർഗും (Heisenberg) *വോൾഫ്ഗാങ് പൗളിയും (Wolfgaug Pauli)* ആയിരുന്നുവെങ്കിലും പിന്നീട് QED രംഗത്ത് കനത്ത സംഭാവനകൾ നൽകിയത് ഫെയ്ൻമൻ, ഷ്വിംഗെർ (Schwinger), ടോമോനാഗ(Tomonaga) ഇവരാണ്. ഈ സംഭാവനയുടെ അംഗീകാരമായി ഇവർ മൂന്നുപേർക്കുംകൂടി കൂട്ടായി 1965–ലെ നോബൽസമ്മാനം (ഫിസിക്സ് വിഭാഗത്തിൽ) നൽകപ്പെട്ടു.

മറ്റു സംഭാവനകൾ

ഫെയ്ൻമൻ രേഖാചിത്രങ്ങൾ (Feynman diagrams) കണികാഭൗതികത്തിൽ (partide physics) പ്രഖ്യാതങ്ങളാണ്. ക്വാണ്ടം ക്രോമോ ഡയനാമിക്സ് എന്ന ശാസ്ത്രശാഖയുടെ വികസനം, മൻഹാട്ടൺ പ്രോജക്റ്റ്, ചലഞ്ചർ ശൂന്യാകാശദുരന്തത്തിന്റെ കാരണം കണ്ടുപിടിക്കൽ, സൂപ്പർ ഫ്ളൂയിഡിറ്റി (Super fluidity), സൂപ്പർ കൺഡക്ടിവിറ്റി (Super conductivity — അധിചാലകത, കംപ്യൂട്ടർ തിയറി മുതലായ രംഗങ്ങളിലെല്ലാം തന്റെ സ്വതഃസിദ്ധമായ മുദ്ര (ഫെയ്ൻമൻ സ്പർശം — Feynman touch) പതിപ്പിക്കാൻ ഫെയ്ൻമാനു കഴിഞ്ഞു.

കിടയറ്റ ശാസ്ത്രവ്യാഖ്യാതാവായിരുന്നു റിച്ചേഡ് ഫെയ്ൻമൻ. എത്ര ഗഹനമായ ശാസ്ത്രവിഷയമായാലും സാമാന്യവിദ്യാഭ്യാസമുള്ള ആളുകൾക്ക് ഒരു വലിയ അളവുവരെ മനസ്സിലാക്കികൊടുക്കുന്ന വിധത്തിൽ പ്രഭാഷണങ്ങൾ നടത്തുവാനും ലേഖനങ്ങളും ഗ്രന്ഥങ്ങളും എഴുതാനും ഈ മഹാശാസ്ത്രജ്ഞന് അപാരമായ കഴിവുണ്ടായിരുന്നു. സൈദ്ധാന്തിക ഭൗതികത്തിൽ "ഫെയ്ൻമൻ പ്രഭാഷണങ്ങൾ" (Feynman Lectures) പേരുകേട്ടവയാണ്. "തീർച്ചയായും, മിസ്റ്റർ ഫെയ്ൻമൻ, താങ്കൾ തമാശ പറയുകയല്ലേ?" (Surely you are joking, Mr.Feynman!) മുതലായ ഗ്രന്ഥങ്ങൾ ജനപ്രിയശാസ്ത്രഗ്രന്ഥരത്നങ്ങളാണ്. ഫെയ്ൻമനെ ചുറ്റിപ്പറ്റി എഴുതപ്പെട്ട ഗ്രന്ഥങ്ങളാണവ.

ജീവിതരേഖ

ഒരു സെയിൽസ്മാന്റെ മകനായി 1918 മെയ്മാസം 11 നാണ് റിച്ചേഡ് ഫെയ്ൻമൻ ന്യൂയോർക്കിൽ ജനിച്ചത്. പ്രശസ്തമായ MITയിൽ നിന്നും 1939–ൽ ഡിഗ്രി എടുത്തശേഷം ഫിസിക്സിനു അതിപ്രശസ്തമായ പ്രിൻസ്ടണിൽ നിന്നും (Princeton University) 1942–ൽ ഡോക്ടറൽ ബിരുദവും നേടി. 1988 ഫെബ്രുവരി 15–ന്, കുറെക്കാലമായി അലട്ടിയിരുന്ന ക്യാൻസർ രോഗം മൂർച്ഛിച്ച്, ഈ മഹാശാസ്ത്രജ്ഞൻ അന്തരിച്ചു.

24

ജെയിംസ് ഡ്യൂയി വാട്സൺ
(James Dewey Watson , 1928 -)

മുപ്പത്തിനാലുവയസ്സുകാരനായ ഒരു പ്രൊഫസർ കുട്ടികൾക്ക് ഹാർവേർഡ് (Harward) സർവകലാശാലയിൽ ബയോളജി ക്ലാസെടുക്കുകയായിരുന്നു, ഒരു ദിവസം, 1962 ഒക്ടോബർ 19–ാം തീയതിയായിരുന്നു അന്ന്. പ്രൊഫസർ കാണാതെ സൂത്രത്തിൽ ഒരു കുസൃതിക്കാരൻ വിദ്യാർഥി ബോർഡിൽ ഇങ്ങനെ എഴുതിയിട്ടിരുന്നു. "ഡോ: വാട്സണിനാണ് ഈ വർഷത്തെ നോബൽ സമ്മാനം ലഭിച്ചത്." ചൂടുള്ള, അപ്പോൾ കിട്ടിയ വാർത്തയാണയാൾ കുറിച്ചിട്ടത്. അതു വായിച്ച പ്രൊഫസർ അക്ഷോഭ്യനായി ഒരു ചെറുപുഞ്ചിരിയോടുകൂടി തന്റെ ക്ലാസ് തുടർന്നു. ജെയിംസ് ഡ്യൂയി വാട്സൺ (James Dewey Watson, 1928) എന്ന യുവ അമേരിക്കൻ ജീവശാസ്ത്രജ്ഞനായിരുന്നു ഈ പ്രൊഫസർ. ഡി എൻ എ (DNA) എന്ന ജനിതകവസ്തുവിന്റെ രാസതന്മാത്രീയ ഘടന കണ്ടുപിടിച്ചതിനായിരുന്നു വാട്സണും സഹപ്രവർത്തകരായിരുന്ന ഫ്രാൻസിസ് ക്രിക്കിനും (Francis Crick, 1916 - 2004) മോറിസ് വിൽക്കിൻസിനും (Maurice Wilkins 1916 - 2004) കൂട്ടായി 1962–ലെ നോബൽസമ്മാനം (ഫിസിയോളജി – വൈദ്യശാസ്ത്രം) ലഭിച്ചത്.

ജെയിംസ് ഡ്യൂയി വാട്സൺ

എന്താണ് ഡി എൻ എ?

ഡി എൻ എ (DNA) എന്നത് ഡിയോക്സിറൈബോ ന്യൂക്ലിക് ആസിഡ് (Deoxyribo Nuclic Acid) എന്ന രാസനാമത്തിന്റെ "ചുരുക്കപ്പേർ" (acronym) ആണ്."ജനിതകവിവരങ്ങൾ"(genetic information) തലമുറകളായി പകർന്നു കൊടുക്കുന്നത് DNA എന്ന ഭീമതന്മാത്രയാ

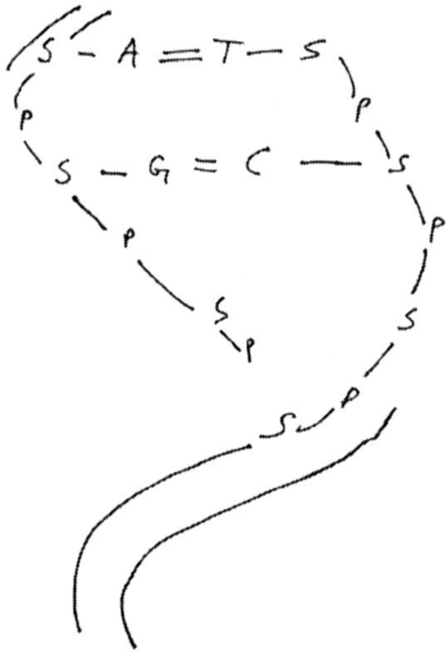

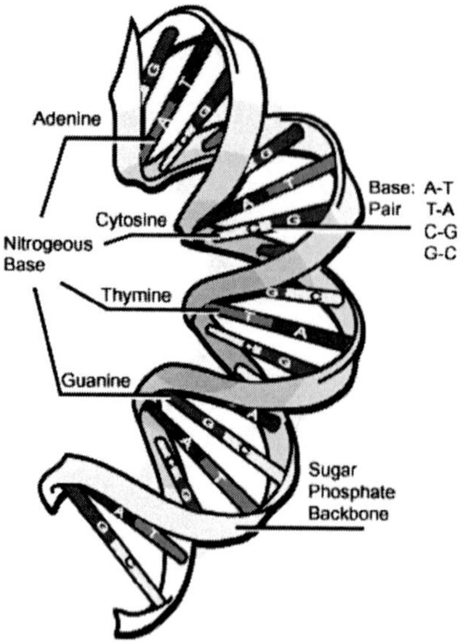

ണ്. ജീനുകളിലെ പ്രധാനവസ്തുവാണ് DNA. വാട്സൺ, ക്രിക്, വിൽക്കിൻസ് ഇവർ മൂവരും കൂടി DNAയുടെ ഘടന ഒരു "ഇരട്ടപിരിയൻ കോണി" (double helical ladder)യുടേതുപോലെയാണെന്നും തെളിയിച്ചു. പിരിയൻകോണിയുടെ വശങ്ങളിൽ (sides) ഡിയോക്സിറൈബോസ് (Deoxyribose) എന്ന പഞ്ചസാരയുടെ യൂണിറ്റുകളും ഫോസ്ഫേറ്റ് (phosphate) ഗ്രൂപ്പുകളും ഒന്നിടവിട്ടു ക്രമം തെറ്റാതെ ഘടിപ്പിച്ചിരിക്കുന്നു. പഞ്ചസാര യൂണിറ്റുകളെ നമുക്ക് S എന്നും ഫോസ്ഫേറ്റ് ഗ്രൂപ്പുകളെ P എന്നും സൂചിപ്പിക്കാം. അപ്പോൾ കോണിയുടെ "പടികൾ" (steps of the ladder) ഇപ്രകാരമുള്ള ഘടനയുള്ളവയായിരിക്കും.

ഇവിടെ A = Adenine(അഡെനിൻ) , T = Thymine (തൈമീൻ), G= Guanine(ഗ്വാനീൻ), C = Cytosine (സൈറ്റോസീൻ). ഈ നാലും (A, T, G, C) അമിനോ അമ്ലങ്ങളാണ്. ഈ ഘടനയിൽ A എപ്പോഴും T യുമായും, G എപ്പോഴും C യുമായും ബന്ധപ്പെട്ടിരിക്കും. "പടികൾ" എപ്പോഴും Sകൾ തമ്മിലാണ്; പടികളുടെ രണ്ടറ്റത്തും S, പടിയുടെ നടുവിൽ ഒന്നുകിൽ A - T അല്ലെങ്കിൽ G - C; ഇതാണ് ഘടന.

ദ ഡബിൾ ഹീലിക്സ് എന്ന ഗ്രന്ഥം

1953–ലാണ് വാട്സണും ക്രിക്കും കൂടി തങ്ങളുടെ DNA ഘടനയുടെ കണ്ടുപിടിത്തം ഒരു ഗവേഷണ പ്രബന്ധമായി *നേച്ചർ* (*Nature*) എന്ന വിശ്രുതമായ ഗവേഷണ മാസികയിൽ പ്രസിദ്ധീകരിച്ചത്. ഇതിന്റെ അംഗീകാരമായി 1962–ലെ നോബൽസമ്മാനം ഇവർക്കും, കൂട്ടത്തിൽ മൂന്നാമനായി മോറിസ് വിൽക്കിൻസിനും കൂടി, മൂന്നുപേർക്കായി ലഭിച്ചതും.

DNA ഗവേഷണ'കഥ' സരസമായി വിവരിക്കുന്ന ഒരു ഗ്രന്ഥമാണ് *ദ ഡബിൾ ഹീലിക്സ്* (*The Double Helix*). 1968–ലാണ് വാട്സൺ ഈ ഗ്രന്ഥം പ്രസിദ്ധീകരിച്ചത്. ഹാർവേർഡ് സർവകലാശാലയാണ് ഇത് ആദ്യം പ്രസിദ്ധീകരിക്കാം എന്നേറ്റിരുന്നത്. എന്നാൽ ഗ്രന്ഥത്തിൽ പല വിവാദസാധ്യതയുള്ള ഭാഗങ്ങൾ കണ്ടതിനാൽ അവർ പ്രസിദ്ധീകരണ വാഗ്ദാനം പിൻവലിക്കയാണുണ്ടായത്. പകരം ഒരു പ്രൈവറ്റ് പ്രസാധകരാണ് ഗ്രന്ഥം പ്രസിദ്ധീകരിച്ചത്.

ശരിക്കും *ഡബിൾ ഹീലിക്സ്* ഒരു വിവാദഗ്രന്ഥമാണോ? "അതെ" എന്നു പറയേണ്ടിയിരിക്കുന്നു. സഹപ്രവർത്തകരായിരുന്ന ക്രിക്കും വിൽക്കിൻസും പുസ്തകത്തിലെ ചില പരാമർശങ്ങൾ ഇഷ്ടപ്പെട്ടില്ല. അക്കാരണം കൊണ്ടും കൂടിയാണ് ഹാർവേഡ് സർവകലാശാല പ്രസിദ്ധീകരണത്തിൽ വിമുഖരായത്. റോസലിൻഡ് ഫ്രാങ്ക്ളിൻ (Rosalind Franklin, 1920 - 1958) എന്ന, 1962 നു മുമ്പുതന്നെ, അതായത് വാട്സണും നോബൽ സമ്മാനം കിട്ടുന്നതിനു മുമ്പുതന്നെ, 1958–ൽ മരിച്ചുപോയിരുന്ന സഹപ്രവർത്തകയെപ്പറ്റി തീരെ "ഉദാരമല്ലാത്ത" (unfair) പരാമർശങ്ങളാണ് ഈ പ്രശസ്ത ശാസ്ത്രഗ്രന്ഥത്തിലുള്ളത് എന്നു വിമർശകർ പറയുന്നു.

പക്ഷേ ഒരു കാര്യം, ഇന്നിതുവരെ പ്രസിദ്ധീകരിച്ചിട്ടുള്ള, ജനപ്രിയമെങ്കിലും അവഗാഢപഠനസ്വഭാവമുള്ളതും കൂടിയായ, ശാസ്ത്രഗ്രന്ഥങ്ങളിൽ ഏറ്റവും പ്രചാരമേറിയവയിലൊന്നാണ് ജെയിംസ് വാട്സന്റെ *ഡബിൾ ഹീലിക്സ്*.

വാട്സണും ക്രിക്കും

അസാധാരണജോഡി എന്നു പറയാവുന്ന ഒരു ശാസ്ത്രജ്ഞജോഡി ആയിരുന്നു ഇവർ. 1962–ൽ വാട്സണ് 24 വയസ്; ക്രിക്കിനാകട്ടെ 36–ഉം വാട്സൺ ജീശാസ്ത്രജ്ഞനും, ക്രിക്ക് ഭൗതികശാസ്ത്രജ്ഞനും ആയിരുന്നു. "ക്രിക്ക് എന്നെ ഫിസിക്സ് പഠിപ്പിച്ചു; ഞാൻ അയാളെ ബയോളജിയും;" എന്നു വാട്സൺ തന്നെ പറയാറുണ്ട്. വാട്സൺ അമേരിക്കക്കാരനും, ക്രിക്ക് ബ്രിട്ടീഷുകാരനുമായിരുന്നു. ഇവർ തമ്മിലുണ്ടായ ബൗദ്ധികസഹകരണമാണ് DNAയുടെ ഘടനാരഹസ്യം അനാവരണം (discover) ചെയ്യുന്ന മഹായത്നത്തിൽ വിജയം ലഭിക്കുവാനിടയാക്കിയ പ്രധാനഘടകം.

വിൽക്കിൻസും ഫ്രാങ്ക്ളിനും

മോറിസ് വിൽക്കിൻസ് (1916–2004) ന്യൂസിലൻഡിൽ ജനിച്ച് പിന്നീട് ബ്രിട്ടീഷുകാരനായ ഒരു മോളിക്കുലാർ ബയോളജിസ്റ്റായിരുന്നു. ലണ്ടനിൽ, അദ്ദേഹവും റോസലിൻഡ് ഫ്രാങ്ക്ളിനും (1920–1958) കൂടി DNAയുടെ ഘടന എക്സ് - റേ ക്രിസ്റ്റലോഗ്രാഫി മുഖേന വിശദമായി പഠിച്ചു. പക്ഷേ ഇടയ്ക്കുവച്ച് വിൽക്കിനും ഫ്രാങ്ക്ളിനും തമ്മിൽ രസക്കേടുണ്ടായി. DNAയുടെ പഠനത്തിന് ഫ്രാങ്ക്ളിൻ മുഴുവൻ സമയവും ചെലവഴിച്ചു.

എന്തായാലും ഫ്രാങ്ക്ളിൻ തയ്യാറാക്കിയ ചില എക്സ്–റേ ഫോട്ടോഗ്രാഫുകൾ അവരുടെ സമ്മതം തേടാതെ, വിൽക്കിൻസ്, ക്രിക്കിനേയും വാട്സണേയും ഏൽപ്പിച്ചുവെന്നാണ് പറയപ്പെടുന്നത്. ഇതിനൊരു കാരണമായി പറയുന്നത് (—ഏതാണ്ട് നീതീകരണമെന്ന പോലെയും—) താമസിയാതെ, അനാരോഗ്യം മൂലം ഫ്രാങ്ക്ളിൻ DNA ഗവേഷണം അവസാനിപ്പിച്ചേക്കും എന്ന "ശ്രുതി"യാണത്രെ.

ഫ്രാങ്ക്ളിന്റെ എക്സ്–റേ ചിത്രങ്ങളുപയോഗിച്ചാണ് ക്രിക്കും വാട്സണും കൂടി DNA മോഡൽ — ഡബിൾ ഹീലിക്കൽ ഘടന — അനാവരണം ചെയ്തതെന്നും പറയപ്പെടുന്നു. ഈ ഘടനയുടെ കണ്ടുപിടിത്തത്തിൽ എക്സ്–റേ ക്രിസ്റ്റലോഗ്രാഫി വിദഗ്ധരായ വിൽക്കിൻസിനും ഫ്രാങ്ക്ളിനും നല്ല പങ്കുണ്ടായിരുന്നു. എങ്കിൽ എന്തുകൊണ്ട് നോബൽ സമ്മാനം (1962) നൽകിയപ്പോൾ ഫ്രാങ്ക്ളിനെ ഒഴിവാക്കി എന്നു സംശയം തോന്നാം. ഹതഭാഗ്യയായ റോസലിൻഡ് ഫ്രാങ്ക്ളിൻ 1958–ൽത്തന്നെ നിര്യാതയായിരുന്നതാണ് കാരണമായി പറയുന്നത് (പരേതശാസ്ത്രജ്ഞർക്ക് നോബൽ സമ്മാനം നൽകുകയില്ല).

ലൈനസ് പോളിങ്ങിന്റെ സംഭാവന

രണ്ടുപ്രാവശ്യം നോബൽ സമ്മാനം നേടിയ (1954–ൽ രസതന്ത്രത്തിന്; 1962–ൽ ലോകസമാധാനത്തിന്) അതിപ്രശസ്തനായ ലൈനസ് പോളിങ്ങും (Linus Paiuling, 1901 -1994) DNAയിൽ തൽപ്പരനായിരുന്നു. ലൈനസ്സിന്റെ മകൻ പീറ്റർ പോളിങ് ഇക്കാലത്ത് ഇംഗ്ലണ്ടിലുണ്ടായിരുന്നു. ലൈനസ്, പീറ്ററിനയക്കുന്ന കത്തുകളിൽ തന്റെ ഗവേഷണക്കാര്യം എഴുതാറുണ്ടായിരുന്നു. ആ കത്തുകളിൽക്കൂടി വാട്സണും ഈ വിവരം ലഭ്യമായിരുന്നത്രെ. പക്ഷേ പോളിങ്ങിന് ഘടനാകാര്യത്തിൽ ഒരു തെറ്റുപറ്റി — ട്രിപ്പിൾ ഹീലിക്സ് (Triple Helix) ഘടനയായിരുന്നു അദ്ദേഹം സങ്കൽപ്പിച്ചത്.

ഒടുവിൽ വാട്സണും ക്രിക്കും DNAയുടെ ഡബിൾ ഹീലിക്സ് ഘടന കണ്ടുപിടിച്ചപ്പോഴും, അവർക്കും വിൽക്കിൻസിനും നോബൽ സമ്മാനം ലഭിച്ചപ്പോഴും, അവരെ അഭിനന്ദിച്ചവരിൽ മുൻപന്തിയിൽ മഹാമനസ്കനായ ലൈനസ് പോളിങ് ഉണ്ടായിരുന്നു!

ജീവിതരേഖ

അമേരിക്കയിൽ ഷിക്കാഗോയിലാണ് (Chicago) ജെയിംസ് വാട്സൺ ജനിച്ചത് (1928 ഏപ്രിൽ 6). ബാല്യത്തിൽത്തന്നെ അസാധാരണ ബുദ്ധിസാമർഥ്യം കാണിച്ചു. തന്റെ 12–ാം വയസ്സിൽ റേഡിയോ ക്വിസ് പരിപാടികളിൽ വലിയ വിജയം നേടി. പ്രത്യേകാനുമതിയോടെ വാട്സൺ 15 വയസ്സായപ്പോൾ ഷിക്കാഗോ സർവകലാശാലയിൽ വിദ്യാർഥിയായി; 1947–ൽ ബി എസ് സി ബിരുദവും പിന്നീട് ഇന്ത്യാന സർവ്വകലാശാലയിൽനിന്ന് 1950–ൽ, തന്റെ 22–ാം വയസ്സിൽ പി എച്ച് ഡിയും നേടി.

ഉപരിപഠനത്തിന് ആദ്യം ഡെന്മാർക്കിലാണ് (Denmark) പോയത്. പിന്നീട് ബ്രിട്ടനിൽ കേംബ്രിഡ്ജിലെത്തി, ഗവേഷണം തുടർന്നു. അവിടെവച്ചാണ് ക്രിക്കിനെ പരിചയപ്പെട്ടത്. ഇനി അങ്ങോട്ടുള്ള ജീവിതരേഖ DNAയുടെ ചരിത്രവുമായി ബന്ധപ്പെട്ടിരിക്കുന്നു.

പിൽക്കാല ഗവേഷണങ്ങൾ

നോബൽസമ്മാനലബ്ധിക്കുശേഷവും വാട്സൺ കർമനിരതനായിരുന്നു. മനുഷ്യജീനോം പ്രോജക്ടിന്റെ (Human Genome Project) മേധാവിയായി 1988 മുതൽ 1992 വരെ സ്തുത്യർഹമായ സേവനം നൽകി.

അസംഖ്യം ബഹുമതികൾ ഈ മഹാശാസ്ത്രജ്ഞനു ലഭിച്ചു, ഇനിയും ലഭിക്കാനിരിക്കുന്നു.

25

സ്റ്റീഫൻ വില്യം ഹാക്കിങ്
(Stephen William Hawking , 1942 -)

"തമോഗർത്തങ്ങൾ" (Black holes) എന്നു കേട്ടിട്ടുണ്ടോ? ആധുനിക പ്രപഞ്ചശാസ്ത്രത്തിലെ (cosmology) ഒരു മഹാത്ഭുതമാണത്. അവയെപ്പറ്റി ഏറ്റവും കൂടുതൽ അറിവു നമുക്കു പകർന്നു തന്ന മഹാശാസ്ത്രജ്ഞനാണ് സ്റ്റീഫൻ വില്യം ഹാക്കിങ് (Stephen William Hawking, 1942). ഇപ്പോൾ (2007) ഇംഗ്ലണ്ടിൽ കേംബ്രിഡ്ജ് (Cambridge) സർവകലാശാലയിൽ ഗണിതശാസ്ത്രത്തിനുള്ള ലുക്കേഷ്യൻ (Lucasian) പ്രൊഫസർ പദവിയിൽ തുടരുകയാണദ്ദേഹം (പണ്ട് ഈ പദവിയിൽ ഇരുന്ന ഒരാളാണ് സർ ഐസക് ന്യൂട്ടൺ).

സ്റ്റീഫൻ വില്യം ഹാക്കിങ്

ജീവിതരേഖ

1942 ജനുവരി 8-നാണ് സ്റ്റീഫൻ ജനിച്ചത്. അച്ഛൻ ഫ്രാങ്ക് ഹാക്കിങ് (Frank Hawking) ഒരു ജീവശാസ്ത്രഗവേഷകനായിരുന്നു, ഫ്രാങ്കിനു ലണ്ടനിലായിരുന്നു ജോലിയെങ്കിലും രണ്ടാം ലോകമഹായുദ്ധം കൊടുമ്പിരിക്കൊണ്ടിരുന്ന കാലമായതിനാൽ ഗർഭിണിയായിരുന്ന പത്നി ഇസബെല്ലയുമൊത്ത് താൽക്കാലികമായി ഓക്സ്ഫോഡിലേക്കു താമസം മാറ്റി. അവിടെ വച്ചായിരുന്നു സ്റ്റീഫൻ ഹാക്കിങ്ങിന്റെ ജനനം. യുദ്ധം തീർന്നപ്പോൾ ഹാക്കിങ് കുടുംബം വീണ്ടും ലണ്ടനിലെത്തി.

മകനെ വൈദ്യശാസ്ത്രം പഠിപ്പിക്കാനാണ് പിതാവ് ആഗ്രഹിച്ചത്; പക്ഷേ ഫിസിക്സായിരുന്നു സ്റ്റീഫന് പ്രിയം. ഓക്സ്ഫോഡിൽനിന്ന് സ്റ്റീഫൻ 1962–ൽ ബി എ ബിരുദം നേടി; പക്ഷേ തുടർന്നു ജ്യോതിശാസ്ത്രം (Astronomy) പഠിച്ചു. പിന്നീട് കേംബ്രിഡ്ജിലെത്തി പ്രപഞ്ചശാസ്ത്രം (Cosmology) പഠിച്ചു.

പക്ഷേ കേംബ്രിഡ്ജിലെത്തി അധികം താമസിയാതെ സ്റ്റീഫൻ രോഗിയായിത്തീർന്നു. മാരകമായ "ലൂ ഗേഹ്റിങ്" രോഗം (Lou Gerhrings disease) അഥവാ അമിയോട്രോഫിക് ലാറ്ററൽ സ്കലെറോസിസ് (Amyotrophic Lateral Sclerosis അഥവാ ALS) ആണ് സ്റ്റീഫനെ ബാധിച്ചത്. ഞരമ്പുകൾ, നാഡികൾ, മസിലുകൾ മുതലായവയുടെ നിയന്ത്രണം നഷ്ടപ്പെടുത്തുന്ന രോഗമാണിത്. "ഇനി അധികം ആയുസ്സില്ല, കൂടിയാൽ ഒന്നോ രണ്ടോ വർഷം" എന്നായിരുന്നു ഡോക്ടർമാർ വിധിച്ചത്.

വിവാഹം, വിവാഹമോചനം

1965–ൽ, രോഗബാധിതനെങ്കിലും, ഹാക്കിങ് വിവാഹിതനായി. ജെയിൻ വൈൽഡ് (Jane Wilde) ആയിരുന്നു വധു; ഒരു സാഹിത്യവിദ്യാർഥിനിയായിരുന്നു ജെയിൻ. 1991 വരെ ജെയിൻ, സ്റ്റീഫന്റെ സന്തത സഹചാരിയായി പരിചരിച്ചു. പക്ഷേ ഹാക്കിങ്ങിന്റെ വലിയ പ്രശസ്തി അവർക്കിടയിൽ വിടവുകൾ സൃഷ്ടിച്ചു. "അയാൾ സ്വയം ഒരുതരം ദൈവമാണെന്ന് വിശ്വസിക്കുന്നു" എന്നായിരുന്നു ജെയിനിന്റെ പരാതി. 1991–ൽ അവർ വേർപിരിഞ്ഞു. പിന്നീട് തന്റെ നഴ്സായിരുന്ന എലേയ്ൻ മേസണെ (Elaine Mason) ഹാക്കിങ് വിവാഹം കഴിച്ചു. പക്ഷേ 2006–ൽ വീണ്ടും വിവാഹമോചനം നടന്നു.

സാഹസപ്രിയൻ

ശാരീരികമായ അനേകം അവശതകൾക്കിടയിലും ഹാക്കിങ് സാഹസപ്രിയനായിരുന്നു. 2007 ഏപ്രിൽ 26–ാം തീയതി ഹാക്കിങ് ഒരു "പൂജ്യം ഗുരുത്വാകർഷണ"(zero gravity)സംവിധാന ശൂന്യാകാശസഞ്ചാരം നടത്തി! എട്ടു പ്രാവശ്യം താൻ "ഭാരമില്ലായ്മ" (Weightlessness) അനുഭവിച്ചു എന്ന് ഹാക്കിങ് അഭിമാനിക്കുന്നു!

സംഭാവനകൾ – സൈദ്ധാന്തികമണ്ഡലങ്ങളിൽ

സ്റ്റീഫൻ ഹാക്കിങ്ങിന്റെ ഇതുവരെയുള്ള സംഭാവനകളെല്ലാം തന്നെ സൈദ്ധാന്തിക തലത്തിലുള്ളവയത്രെ. ക്വാണ്ടം ഗ്രാവിറ്റി (quantum gravity), സൈദ്ധാന്തിക പ്രപഞ്ചശാസ്ത്രം (theoretical cosmology), വൈചിത്ര്യ തിയറങ്ങൾ (Singularity theorems) മുതലായവയായിരുന്നു ഹാക്കിങ്ങിന്റെ പ്രധാന താൽപ്പര്യമേഖലകൾ. ഇന്ന് തമോഗർത്തങ്ങളെപ്പറ്റി ഏറ്റവും ആധികാരികമായി ശാസ്ത്രലോകത്തിന് അറിവു നൽകിയ ശാസ്ത്രജ്ഞൻ എന്ന നിലയിൽ ഹാക്കിങ് പ്രകീർത്തിക്കപ്പെടുന്നു.

ഈ പ്രപഞ്ചത്തിന് ഒരു "തുടക്കം" ഉണ്ടായിരുന്നുവോ? ഉണ്ടായിരുന്നെങ്കിൽ, അതിനു"മുമ്പ്" എന്താണ് ഉണ്ടായിരുന്നത്? പ്രപഞ്ചത്തിന് ഒരു "ഒടുക്കം" (അവസാനം) ഭാവിയിലുണ്ടാകുമോ? ഉണ്ടാകുമെങ്കിൽ അതിനു"ശേഷം" എന്താണുണ്ടാകുക? നീളം, വീതി, പൊക്കം എന്ന മൂന്നു സ്ഥലമാനങ്ങളും (Spatial dimensions) സമയം എന്ന മാനവും (time dimension) സമഞ്ജസമായി സമ്മേളിച്ച് ഒരു ചതുർമാന പ്രപഞ്ചം (four dimensional universe) ഐൻസ്റ്റൈൻ സങ്കൽപ്പിച്ചു. പക്ഷേ, ഹാക്കിങ് പറയുന്നത് മാനങ്ങൾ (dimension) ഇനിയും ധാരാളം ഉണ്ടെന്നാണത്രെ!

ശരീരപേശികളൊന്നും സ്വേച്ഛാപരമായി ചലിപ്പിക്കാൻ ഇന്ന് ഹാക്കിങ്ങിന് അസാധ്യമാണ്. യന്ത്രങ്ങൾ ഘടിപ്പിച്ച ഒരു ചക്രകസേരയിലാണ് സഞ്ചാരചലനങ്ങൾ. സംസാരശേഷി നഷ്ടപ്പെട്ടു. അതിനാൽ കംപ്യൂട്ടർ ഉപയോഗിച്ച് ഒരു "സംഭാഷണ യന്ത്രം" (Speech mechine) കൃത്രിമമായി ഉപയോഗിച്ചാണ് ഹാക്കിങ് സംസാരിക്കുന്നതും ക്ലാസെടുക്കുന്നതും "ഇപ്പോൾ എന്റെ ഉച്ചാരണം പഴയ എന്റെ സ്വന്തം ഉച്ചാരണത്തേക്കാൾ എത്രയോ സ്ഫുടമാണ്!" എന്ന് ഹാക്കിങ് തമാശ പറയുന്നു! (കാരണം, കൃത്രിമസംസാരയന്ത്രത്തിന്റെ ഉച്ചാരണം പ്രോഗ്രാം ചെയ്തിരിക്കുന്നത് ശുദ്ധമായ ഇംഗ്ലീഷ്-അമേരിക്കൻ ആക്സന്റിലാണ്!). എന്തുകൊണ്ടാണ് അങ്ങയുടെ മനസ്സ് അതിവേഗം നീങ്ങുന്നത്, അങ്ങയുടെ മസ്തിഷ്കത്തിൽ ചിന്താധാരകളും ആശയപ്രവാഹങ്ങളും അതിദ്രുതഗതിയിൽ മിന്നിമാറി ത്തെളിയുന്നത്?" എന്നു ചോദിച്ചപ്പോൾ ഹാക്കിങ് മറുപടി പറയുന്നതിങ്ങനെയാണ്: "എന്റെ ശരീരത്തിന് ചലനശേഷി തീരെ പരിമിതമല്ലേ? അതിന് കോംപെൻസേഷനായിട്ടാവാം മനസ്സ് വേഗം ചലിക്കുന്നത്!" ഇത്തരം "ആത്മരോദനഫലിതങ്ങൾ" (self agonising jokes) പറയാൻ ഹാക്കിങ്ങിനെപ്പോലെ മറ്റാരുണ്ട്?

പ്രപഞ്ചത്തിൽ ഇന്നുള്ള ശാസ്ത്രസിദ്ധാന്തങ്ങളെല്ലാം ഭാഗികവും അപൂർണവുമായവ (partial and incomplete) യാണെന്നു ഹാക്കിങ് പറയുന്നു. ആപേക്ഷികതാസിദ്ധാന്തവും ക്വാണ്ടം സിദ്ധാന്തവും എല്ലാം ഭാഗിക സിദ്ധാന്തങ്ങൾ (partial theories) ആണത്രേ. ഇവയെല്ലാം സംയോജിപ്പിച്ച് എല്ലാത്തിനേയും വ്യാഖ്യാനിക്കാൻ സമർഥമായ "സമ്പൂർണസിദ്ധാന്തം" മെനഞ്ഞെടുക്കുന്ന തിരക്കിലാണ് ഹാക്കിങ് ഇന്നു വ്യാപൃതനായിരിക്കുന്നത്. "Theory of Everything" അഥവാ "TOE" എന്നാണ് ഈ സിദ്ധാന്തത്തിന് ഹാക്കിങ് നൽകിയിരിക്കുന്ന പേര്!